चला जाणून घेऊ या!

रिलॅक्सेशन

लेखक
विकास मलकानी

अनुवाद
मीना टाकळकर

मेहता पब्लिशिंग हाऊस

All You Wanted To Know About Relaxation
by Vikas Malkani

Originally Published by Sterling Publishers Pvt. Ltd., New Delhi.
Translated into Marathi Language by Meena Takalkar

चला जाणून घेऊ या! रिलॅक्सेशन / मार्गदर्शनपर

अनुवाद : मीना टाकळकर

प्रकाशक : सुनील अनिल मेहता, मेहता पब्लिशिंग हाऊस, १९४१, सदाशिव पेठ, माडीवाले कॉलनी, पुणे - ४११०३०.

अक्षरजुळणी : एच. एम. टाईपसेटर्स, ११२०, सदाशिव पेठ, पुणे - ४११०३०.

मुद्रक : मुद्रा, ३८३, नारायण पेठ, पुणे - ४११०३०.

मुखपृष्ठ : मेहता पब्लिशिंग हाऊस, पुणे

प्रकाशनकाल : ऑगस्ट, २०१० / मे, २०१३ / पुनर्मुद्रण : सप्टेंबर, २०१८

किंमत : ₹ ८०

P Book ISBN 9788184980431

‘व्ही’ आणि ‘ए’

कायम तुम्हालाच....

✆ +91 020-24476924 / 24460313

Email : info@mehtapublishinghouse.com
production@mehtapublishinghouse.com
sales@mehtapublishinghouse.com

Website : www.mehtapublishinghouse.com

- *या पुस्तकातील लेखकाची मते, घटना, वर्णने ही त्या लेखकाची असून त्याच्याशी प्रकाशक सहमत असतीलच असे नाही.*

ओळख

सध्याच्या गतिमान आणि ताणयुक्त समाजव्यवस्थेमध्ये शरीराची आणि मनाची साधी, सरळ वृत्ती आणि तणावमुक्त होण्याची कला अवगत करण्याच्या गरजेचे महत्त्व समजून घेणे अत्यंत आवश्यक आहे.

ताणमुक्त असणाऱ्या व्यक्तींची कार्यतत्परता व कार्यक्षमतेची पातळी खूप उच्च दर्जाची असते आणि ती व्यक्ती ताणयुक्त असणाऱ्या व्यक्तीपेक्षा अधिक निर्मितिक्षम आणि उत्पादनक्षम असते.

ताणाला कारणीभूत असणारे घटक आणि शिथिलतेची तंत्रे याचबरोबर व्यक्तिमत्त्वप्रकार आणि जीवनशैलीतील परिवर्तन यांबाबत

अनेक विचार या छोट्या, पण उपयुक्त मार्गदर्शिकेत लेखकाने मांडले आहेत.

विकास मलकानी हे आंतरराष्ट्रीय पातळीवर नावाजले गेलेले आध्यात्मिक तत्त्वज्ञानाचे अध्यापक आणि स्फूर्तिदायक विचार मांडणारे लेखक आहेत. मानवी नातेसंबंध आणि व्यावहारिक अध्यात्म या विषयांमधील ते तज्ज्ञ समजले जातात. या विषयांवर त्यांनी जगभर व्याख्याने दिली आहेत. त्यांच्या अनेक पुस्तकांना उत्तम मागणी आहे. व्यक्ती-व्यक्तींमधील नातेसंबंध आणि जाणिवेच्या पातळीवरील विविध विषयांच्या क्षेत्रात केलेल्या कार्यासाठी त्यांना अनेक पारितोषिकेदेखील मिळाली आहेत.

प्रस्तावना

आदिकालापासून ताणतणाव आपल्या समवेत आहेत; परंतु 'ताण' ही एक विधायक बाब आहे. एखाद्या आव्हानाला किंवा उत्तेजित करणाऱ्या गोष्टीला दिला जाणारा प्रतिसाद हा ताणाचाच एक भाग आहे.

आपले अस्तित्व टिकून राहण्यासाठी त्या ताणाची मदत तर होतेच; शिवाय एक निरर्थक, उदासीन अस्तित्व आणि सक्रिय व उत्साहपूर्ण अस्तित्व यांतील फरकावर जर बोट ठेवले, तर ताणाचे महत्त्व अधिक स्पष्टपणे लक्षात येते.

ताण हा जीवन जगण्यातील उत्साहाचा व गतिमानतेचा एक भाग आहे. विचारांचे अनैसर्गिक कृतीत रूपांतर होण्याच्या दृष्टीने

आवश्यक ती चालना मिळण्याची गरज असते. ती ताणामुळे निर्माण होते. मग ती कृती प्रेम करण्याची असो, वाद्यवृंदाचे संचलन करण्याची असो किंवा शर्यतीत धावण्याची असो. तसेच आग किंवा पुरापासून बचाव करण्याची असो किंवा एखादे काम विशिष्ट वेळेत पूर्ण करण्याची असो.

पूर्वीपेक्षा आजच्या जीवनातील आव्हाने अधिकाधिक गुंतागुंतीची झालेली आहेत.

आजच्या काळात आयुष्य अधिक कठोर बनलेले आहे. पूर्वी जीवन अधिक सोपे होते, आता तसे राहिलेले नाही.

वेगवान आणि प्रचंड वेगाने बदलांच्या काळात आपण सगळे जगत असल्याने आपल्याला ताणतणावाला सामोरे जाण्याशिवाय पर्याय नाही. जो ताण टाळता येऊ शकत नाही; अशा ताणाशी जुळवून घेत, त्याच्याशी सख्य करत, प्रसंगी त्याच्यावर मात करत आपल्याला जगावे लागते.

थोडक्यात, अस्तित्वासाठी आपल्याला संघर्ष करावा लागतो. यापूर्वीच्या काळाच्या तुलनेत हे आव्हान अधिक मोठे आहे. अधिक ताण आणि अगदी कमी ताण यांतील योग्य समतोल साधणे, हे आजच्या आयुष्यापुढचे अटळ आव्हान बनले आहे.

मनुष्याला कंटाळवाणे आयुष्य अजिबात पसंत नसते. त्यावरचा उतारा म्हणून त्यांना आपल्या ताणाची पातळी वाढवण्याची सवय जडते, अशी शंका या क्षेत्रात संशोधन करणाऱ्यांना येते.

ताणांच्या समस्यांवर उत्तर!

धकाधकीच्या आयुष्यामुळे अति ताण घेणाऱ्या व्यक्ती असो किंवा कंटाळवाणे आणि निराशावादी जीवन यामुळे थोडाफार ताण घेणारी व्यक्ती असो, दोघांच्याही बाबतीत एक गोष्ट समान असते; ती म्हणजे दोन्हीही घटकांमध्ये आपले आयुष्य आपल्या नियंत्रणाखाली नाही, अशी खंत निर्माण झालेली असते.

ज्या व्यक्ती आपल्यावरचा मोठ्यात मोठा ताण व्यवस्थित हाताळू शकतात आणि होणारे नुकसान टाळू शकतात, अशा व्यक्तींची त्यांच्या कामाबाबतची व इतर कार्यक्षेत्रातली बांधीलकीची जाणीव अतिशय तीव्र असते आणि आव्हानांना देण्यात येणारा प्रतिसादही सकारात्मक असतो. त्यांची बांधीलकी ही भक्कम स्वरूपाची असते, त्यामुळे भावनेच्या भोवऱ्यात न गुरफटता ते आव्हानांना विधायकरीत्या सामोरे जातात.

वारंवार निर्माण होणाऱ्या उद्दिपनातून नकळत होणाऱ्या हालचालींची दिशाही अशा व्यक्ती त्यांच्या स्वास्थ्यावर परिणाम होण्यापूर्वीच ओळखतात.

या व्यक्तींना हेही माहीत असते की, ताणाच्या समस्येवर कोणताही एक ठरावीक असा निश्चित उपाय नाही. पुन्हा एखाद्या व्यक्तीला एखाद्या विशिष्ट गोष्टीचा ताण वाटू शकेल, पण तो प्रत्येक

व्यक्तीलाच वाटेल असे नाही. म्हणजे आपले स्वास्थ्य टिकवण्याची अंतिम जबाबदारी पूर्णत: आपली स्वत:ची असते.

आपले जीवन आपल्याला स्वत:च्या नियंत्रणाखाली ठेवायचे असेल; तर आपण निकोप, निरोगी, ताणांपासून संरक्षित जीवनशैली विकसित करायला हवी.

गेल्या काही वर्षांपासून समतोल आणि सात्त्विक आहाराचे महत्त्व, व्यायामाची गरज, धूम्रपान, मद्यपान आणि अमली पदार्थांच्या सेवनाने होणारे दुष्परिणाम, तसेच पर्यावरणातील प्रदूषण आणि त्यातून जीवसृष्टीचे बिघडणारे संतुलन यांबाबत जाणीवजागृती झाली असून त्यांचे महत्त्व पटू लागले आहे. यातूनच सर्वसामान्यांमध्ये सर्वांगीण स्वास्थ्याविषयी नव्याने आस्था निर्माण होऊ लागली आहे.

आपण शरीरस्वास्थ्य हे मन:स्वास्थ्यापासून वेगळे करू शकत नाही. दोन्हीही परस्परांवर पूर्णपणे अवलंबून आहे. त्यामुळेच मन आणि शरीर यातली एकरूपता ही आपण इतरांशी संवाद कसा साधतो, संबंध कसे स्थापन करतो, समाजाशी आणि वातावरणाशी कसे एकरूप होतो, ह्यावर अवलंबून असते.

मानवी जीवन परस्परांवर अवलंबून असते, पण आपण जेव्हा या संकल्पनेचा अनादर करतो, त्या वेळी कोणत्याही क्षेत्रात ताण निर्माण होऊ शकतो.

विश्रांती आणि कार्यप्रवणता यांच्यातील लयबद्ध समतोल जेव्हा आपण बिघडवतो किंवा मानसिक व शारीरिक हालचालीतील कार्यप्रवणता

आणि मनोरंजक गोष्टी यांचे परस्पर चक्र जेव्हा आपण खंडित करतो, तेव्हाही ताण निर्माण होऊ शकतो.

तुमच्या जीवनशैलीशी जुळवून घेण्याविषयी

जीवनातील प्रत्येक क्षेत्रात ताणाच्या व्यवस्थापनतंत्राचा तुम्ही वापर करू शकता. उच्च व आधुनिक तंत्रज्ञानामुळे काम करण्याच्या पद्धतींमध्ये क्रांतिकारक बदल होत आहेत. त्यामुळे आपले कामाचे वातावरण आणि व्यावसायिक नाते यांच्यामध्ये मानवतेचा दुवा निर्माण करण्याचा प्रयत्न करणे आवश्यक आहे.

योग्य नियोजन करणाऱ्या व्यक्तींना नेहमीच कामाचा ताण कमी जाणवतो. कारण ते त्यांच्या कामाचे नियोजन पद्धतशीरपणे करून, वेळेचे गणित जुळवून ताण कमी करतात.

या पुस्तकामध्ये जीवनशैली बदलाबाबतच्या ज्या बाबींचा ऊहापोह केला आहे, त्यातील बहुसंख्य तर अमलात आणण्याच्या दृष्टीने साध्या आहेत.

यांपैकी काही गोष्टी तर तुम्ही सहजपणे अमलातही आणत आहात, असे वाचताना तुमच्या लक्षात येईल.

आपल्यापैकी बऱ्याच जणांच्या जीवनशैलीचा एक महत्त्वाचा भाग म्हणजे तणावाचे नियोजन होय. यासाठी परिणामकारक ताणव्यवस्थापनात अनेक छोट्या-छोट्या गोष्टींचा उपयोग होऊ शकतो.

उदा. तुमच्या आहारात बदल करणे, म्हणजेच चहा-कॉफी पिण्याचे प्रमाण (यातील कॅफेनमुळे रक्तातील अँड्रिनलिनचे प्रमाण वाढते.) कमी करणे. तसेच योगासने, ध्यानधारणा, मसाज ही ताण शिथिल करण्याची तंत्रे वापरणे. यामुळे आयुष्यातील आव्हानांबाबत अधिक सकारात्मक, आत्मविश्वासपूर्ण दृष्टिकोन निर्माण होण्यास मदत होते.

अधिक ताकदीचे व्यायाम करून साठलेल्या ताणापासून मुक्ती मिळवण्याचे समाधानही मिळू शकते.

नित्याच्या कामातील विश्रांतीविषयी

सतत अति ताणाच्या स्वाधीन होणे, हे आपण स्वत:कडेच दुर्लक्ष करत असल्याचे धोक्याचे चिन्ह आहे.

रोजच्या दैनंदिन कामांमधून स्वत:ला काही बदल हवा असेल, तर त्यासाठी सरावाची गरज आहे. विशेषत: कठोर ताण घेऊन काम करणाऱ्या व्यक्तींबाबत तर हे अधिक खरे आहे.

आपले स्वत:च्या आयुष्यावर नियंत्रण आहे, ही भावना पुन:प्रस्थापित करता आली तर ती अमूल्य आहे; परंतु त्याकरता त्या दृष्टीने विचार व्हायला पाहिजे.

अनेक काळ ठाण मांडून असलेल्या समजुतींची तपासणी करणे, आपण वर्षानुवर्षे गृहीत धरलेले समज पुन्हा तपासून पाहणे; तसेच तुमच्याविषयी, तुमच्या कामाविषयी, तुमच्या नातेसंबंधाविषयीच्या

दृष्टिकोनालाच आव्हान देणे आणि शक्यतो त्यात बदल घडवून आणणे; ह्याबाबतीत तुम्ही साहस दाखवू शकलात तर ताणतणावांशी असलेले तुमचे नातेच बदलू शकते.

स्वत:च्या स्वास्थ्यासाठी नेहमीचा निकोप व समतोल विचार करणे आवश्यक आहे. स्वत:च्या भल्याचा वा हिताचा विचार करणे, हे तर आपल्यापैकी अनेकांचे जगण्यासंबंधीचे मूलभूत कौशल्य आहे.

तुम्हाला चुकण्याचा अधिकार आहे हे जाणणे, इतरांच्या अवाजवी मागण्या नाकारणे, 'नकार' देणे, तुमच्या गरजा व भावना मोकळेपणाने व्यक्त करणे, स्वत:ला वेळ देणे, तुमच्या आणि इतरांच्या मागण्यांची काळजी घेणे ह्या सगळ्यांतून निरोगी, समतोल, स्वाभिमानाने जगण्याची पायाभूत कला विकसित करणे हा उद्देश आहे.

अनुक्रमणिका

- ताणाची कारणे / १
- तणाव व जीवनशैली / ७
- तणावाची चिन्हे / १५
- तुमचे ताणतणाव तपासून पहा / २१
- आपले अस्तित्व प्रस्थापित करण्याची कला / ३१
- नातेसंबंध प्रस्थापित करण्याची कला / ३९
- काम करण्याची कला / ४३
- सकस आहार आणि व्यायाम / ४९
- तणावमुक्त होण्याची तंत्रे / ६४
- ताण कमी करण्यासाठी काही सूचना / १३३

ताणाची कारणे

दररोज आपल्याला कोणत्या ना कोणत्यातरी आव्हानाला सामोरे जावे लागते. कधी घरात, तर कधी कामाच्या ठिकाणी, तर कधी अगदी खेळतानासुद्धा! विविध सर्वसाधारण मागण्या आपल्या मनावर व शरीरावर लादल्या जातात. अशा मागण्यांना प्रतिसाद देण्यासाठी शरीराला दिली जाणारी चेतना म्हणजे ताण!

आव्हानांना दिला जाणारा प्रतिसाद त्वरित, वेगवान व कार्यक्षम स्वरूपाचा असतो. एखादे आव्हान समोर येताच तुमच्या शरीरात आपोआप प्रतिक्रियांची साखळी निर्माण होते. त्या आव्हानांशी लढायचे की माघार घ्यायची, या दृष्टीने परिणामकारक तयारी करण्याकरता या साखळीद्वारे तुमच्या शरीरात लगेच ऊर्जा व शक्ती तयार होते.

आपल्या उत्क्रांतीचा पूर्वेतिहास लक्षात घेता, पूर्वी आपली आव्हानांविरुद्ध लढण्याची ताकद म्हणजे जीवन आणि मृत्यूतील फरकासारखी होती. आजही काही विशिष्ट परिस्थितीत काही असाधारण मागण्या पूर्ण करताना या सामर्थ्याचा पूर्ण उपयोग करून घ्यावा लागतो.

आपले मन आणि शरीर धावण्याच्या स्पर्धेसाठी तयार करणे, प्रेक्षकांसमोर सादरीकरण करणे, मुदतीत काम पूर्ण करणे या सर्व

गोष्टी आपले पूर्वज कधी जंगली जनावरांचा सामना करत किंवा टोळीयुद्धाचा सामना करत, त्याच्याशी मिळतेजुळते आहे.

एकूण काय, तर ताणाची कारणे जरी बदलली असली तरी त्याला सामोरे जाण्यासाठीचा प्रतिसाद प्राचीन राहिला आहे. नव्या संस्कृतीमुळे नवीन ताण-तणाव निर्माण झाले असून आपल्या अस्तित्वाचीही ते परीक्षा घेत असतात.

आधुनिक दैनंदिन जीवनातील सामान्य तणावांचा सामना आपण शारीरिक श्रमांतून करू शकत नाही. त्यामुळे शरीराचा आव्हानांना प्रतिसाद नेहमीच अयोग्य असतो.

रोजच्या ताणतणावांना तोंड देण्यासाठी केवळ शारीरिक श्रम पुरेसे पडत नाहीत. त्यामुळे या ताणतणावांना दिला जाणारा शारीरिक प्रतिसाद बऱ्याच वेळा योग्य नसतो. जर 'लढा किंवा पळ काढा' या तंत्राने मिळालेल्या शरीरशक्तीने आपण तणाव दूर करू शकलो तर त्यात काही गैर नाही. यातून बऱ्याच वेळा आणखी ताण निर्माण होतो.

सतत शारीरिक ताण-तणाव साठून राहिल्याने तुम्ही थकून जाता व त्याचे रूपांतर व्याधीमध्ये होऊ शकते. कारण कोणत्याही टप्प्यावर त्याचे अतिताणात रूपांतर होईल. तेव्हा ही स्थिती टाळायची असेल, तर ताण कमी करण्यासाठी व्यायामासारख्या उपायांचा अवलंब करणे किंवा जाणीवपूर्वक तणाव कमी करण्याची तंत्रे अवगत करणे आवश्यक ठरते.

आव्हानांना दिला जाणारा प्रतिसाद हा सकारात्मक, क्षमतेला अनुसरून विधायक किंवा आवाक्यात असायला हवा. कारण कोणत्या टप्प्यावर त्याचे अतिताणात रूपांतर होईल, हे सांगणे कठीण आहे. ते प्रत्येक व्यक्तीसाठी वेगवेगळे असते.

आपले व्यक्तिमत्त्व, आपले वर्तन व जीवनशैली या सर्व घटकांचा महत्त्वपूर्ण प्रभाव आपल्या ताणाच्या पातळीवर असतो. आक्रमकता, उतावळेपणा, अधीरता, राग, चिंता आणि भय यासारख्या भावनांमधून बराचसा ताण निर्माण होतो. हे सर्व घटक शरीराचा तणावाला असणारा प्रतिसाद वाढवतात.

आरोग्याला घातक असणारा आहार, धूम्रपान, मद्यपान, अमली पदार्थांचे सेवन यामुळेही शारीरिक ताणात भर पडते. ताण निर्माण होण्याची असंख्य कारणे आहेत. तुम्ही करत असलेल्या कामांतून, घरातून, नातेसंबंधांतून, अंतर्गत भावनिक संघर्षातून, वातावरणातून, आहारातून, अनारोग्यातून, आर्थिक असुरक्षिततेतून, तसेच जन्मापासून ते मृत्यूपर्यंत, विवाहापासून ते घटस्फोटापर्यंत आयुष्याच्या अशा विविध टप्प्यांवर आपल्याला त्याला सामोरे जावे लागते.

शेवटी तणाव आपण त्याचे कसे आकलन करतो, यावर ठरतो. प्रत्येकाला ताण वेगवेगळ्या पद्धतीने जाणवत असतो. एखादी विशिष्ट परिस्थिती काही माणसे व्यवस्थित निभावून नेऊ शकतात. पण काहींना मात्र हीच परिस्थिती अत्यंत तणावपूर्ण व भयावह वाटत असते.

अतिशय कमी आव्हानही तणावपूर्ण होऊ शकते. जेव्हा ताणाला प्रतिसाद देणे नियंत्रणाबाहेर जाते, तेव्हाच तो हानिकारक असतो आणि ही वस्तुस्थिती ओळखणे, हे तुमच्या आयुष्यातील ताणाचे हानिकारक परिणाम कमी करण्याच्या दृष्टीने उचललेले पहिले महत्त्वाचे पाऊल असते.

ताण आणि व्यक्तिमत्त्व

आयुष्यातील घटनांना व परिस्थितीला आपण ज्या पद्धतीने प्रतिसाद देतो, त्यामध्ये आपले व्यक्तिमत्त्व हा सर्वांत महत्त्वपूर्ण व प्रभावी घटक आहे. आपली मूल्ये, दृष्टिकोन आणि वर्तनपद्धती यामुळे 'व्यक्ती' म्हणून आपले वेगळेपण तयार होत असते. त्यावरच ताणाचे कमी-अधिक परिणाम ठरत असतात.

तुमच्या व्यक्तिमत्त्वाचा सर्वांत खोलवर रुजलेला भाग म्हणजे तुमची मूल्यव्यवस्था! इतरांच्या तुलनेत तुम्ही तुमचे स्थान काय समजता आणि तुम्ही सर्वसाधारणपणे जगाकडे कसे बघता, ते यावरून प्रतिबिंबित होत असते. लहानपणी तुमच्या जवळच्या व्यक्तीकडून तुम्हाला याविषयीचे शिक्षण मिळते. आपल्या व्यक्तिमत्त्वातील स्वत:चे मूल्यमापन करण्याची ही जी बाजू आहे, ती ताठर व कमी लवचीक असण्याची शक्यता अधिक असते.

खरे तर वैयक्तिक ताणाचे मूळ तुमच्या स्वत:मध्येच असते. तुम्ही स्वत:कडे कसे बघता किंवा सर्वसाधारणपणे तुमच्या स्वत:विषयी

काय संकल्पना आहेत, यावरदेखील बऱ्याच गोष्टी अवलंबून असतात.

न्यूनगंड या एका गोष्टीमुळेसुद्धा तणावविषयक समस्या निर्माण होतात. परिस्थितीशी जुळवून घेण्याची असमर्थता, स्वतःकडून किंवा आयुष्याकडून अवाजवी अपेक्षा, सकारात्मकतेचा अभाव यामुळे तुम्ही स्वतःच्या भावनादेखील नीट व्यक्त करू शकत नाही. याचबरोबर तुम्ही तुमच्या मनातील राग, भीती, आक्रमकता, चिंता यासारख्या नकारात्मक भावना काढून टाकण्याऐवजी त्यांना मनातच थारा देता.

पण तुम्ही स्वतःविषयीचा दृष्टिकोन बदलू शकता. ते सर्व तुमच्या वर्तनाच्या पद्धतीवर किंवा व्यक्तिमत्त्वाच्या पैलूंवर अवलंबून आहे, जे तुम्हाला मागे खेचू शकतात.

व्यक्तिमत्त्व प्रकार

मानसोपचारतज्ज्ञांनी व्यक्तिमत्त्वाचे दोन ठळक प्रकार सांगितलेले आहेत. 'अ' प्रकार हे जास्त वैशिष्ट्यपूर्ण ताणानुकूल व्यक्तिमत्त्व असते. त्यांचे वैशिष्ट्यपूर्ण वागणे व जीवनशैली यामुळे सतत शारीरिक प्रेरणा निर्माण होतात.

'अ' प्रकारच्या व्यक्ती या अस्वस्थ (अधीर), महत्त्वाकांक्षी, स्पर्धा करणाऱ्या, आक्रमक आणि कष्टाळू असतात. त्या त्यांचे ध्येय नेहमी उच्च ठेवतात आणि स्वतःकडून व दुसऱ्यांकडूनही नेहमीच ध्येयपूर्तीसाठी मागण्या करत राहतात. त्यांनी त्यांच्या मनात विशिष्ट

अशा इच्छा-आकांक्षा व उद्दिष्ट ठरवलेले असते. अशा व्यक्तींचा कल अटकळ बांधून त्यानुसार आधीच अपेक्षा करण्यामुळे येणारा जो ताण असतो, तो घेण्याकडे असतो. त्यामुळे ताण वाढविणाऱ्या काळजीसारख्या भावना निर्माण होतात.

दुसऱ्या बाजूला 'ब' प्रकारातील व्यक्तीची प्रवृत्ती अंतर्मुख परीक्षणाची, शांत आणि स्वीकारणारी असते. ते अतिमहत्त्वाकांक्षी नसतात. त्यामुळे त्यांना ताण आणि हृदयविकार यांचा धोका कमी असतो.

तणाव व जीवनशैली

काही व्यक्तींना आयुष्यातील प्रत्येक गोष्ट ही ताण देणारीच वाटत असते. परीक्षा, स्पर्धा, आर्थिक संघर्ष, घटस्फोट, विभाजन, वियोग आणि कौटुंबिक मतभेद यासारख्या संघर्षांना आपल्याला प्रत्येकाला कधी ना कधी सामोरे जावेच लागते. परंतु या घटनांव्यतिरिक्त आणखीही काही प्रभावी ताण असतात, जे तुमच्या जगण्याच्या विशिष्ट पद्धतीमुळे तुमच्यावर आक्रमण करत असतात.

जीवनातल्या मोठ्या संघर्षांपेक्षा हा ताण खूप सौम्य असू शकतो; परंतु हा एकत्रित आणि व्यापक परिणाम करणारा असू शकतो.

तुम्ही जर एखाद्या गजबजलेल्या मेट्रो शहरामध्ये काम करत असाल, चांगली कौशल्येपणाला लावणारा आणि स्पर्धात्मक स्वरूपाचा तुमचा व्यवसाय असेल, मोठमोठ्या आवाजाशी आणि दररोज जाण्या-येण्याच्या गैरसोयीशी तुम्हाला सामना करावा लागत असेल; तर तुम्हाला छोट्या खेड्यात शांतपणे, आनंदाने वैवाहिक जीवन जगणाऱ्या व्यक्तीपेक्षा अधिक ताणाला सामोरे जावे लागते.

तुम्ही तुमच्या जीवनशैलीसोबत किती समाधानी, आनंदी आहात; यावर ते घटक तुमच्यावर किती परिणाम करतात, हे

अवलंबून असते. तुमच्या जीवनाची घडी जर तुमच्या मनाप्रमाणे बसली नाही किंवा तुमच्या गरजांना मानवेल असा आकार आणि चौकट तुम्ही तुमच्या जीवनशैलीला देऊ शकला नाहीत, तर ताण येण्याची शक्यता असते.

आयुष्याचे काही प्रमुख ताण-बिंदू

आपल्या आयुष्यात अशी काही महत्त्वाची क्षेत्रे असतात की, तेथे ताण ही एक विशिष्ट समस्या बनू शकते. तुमच्या कामाशी (विशेषत: नोकरीच्या ठिकाणी) निगडित आव्हाने, चिंता आणि भय यासारख्या भावना, वियोग किंवा विभक्त होणे यामुळे होणारे दु:ख या दृष्टीने महत्त्वाच्या ठरतात. अशा अनेक समस्या, जीवनशैलीतील बदल अशा समस्यांना तोंड देण्यासाठी सतत जागरूक राहणे, हे केव्हाही चांगले ठरते.

ताण-बिंदू

- **बदल**

ताठर दृष्टिकोन, काटेकोर मूल्यांचा आग्रह, दैनंदिन जीवनक्रमाबाबत आग्रही वृत्ती, तसेच अज्ञाताचे भय या सर्व गोष्टींची जाणीव करून घेऊन तुम्ही या समस्या व भावनांशी संघर्ष करायला तयार असले पाहिजे. बदलत्या आव्हानांचा जो धोका तुम्ही पत्करता, त्यामुळे अनावश्यक ताण निर्माण होतो. या दृष्टीने तुमचे आरोग्य जितके चांगले, तितके आव्हानांना सामोरे जाणे सोपे होते.

- **कामगिरी**

शारीरिक सादरीकरण किंवा आपल्या कौशल्याची परीक्षा यांच्या आव्हानांमुळे येणारा ताण आपल्या उत्कर्षासाठी मदतच करतो. हे अत्यंत निरोगी असे आत्मविश्वासी लक्षण आहे, पण जर तुम्ही आत्मविश्वास टिकवलात तरच! आणि अधिक मागणीमुळे निर्माण झालेला ताण व ऊर्जा उपयोगात आणली तरच!

- **चिंता आणि भय**

प्रत्यक्ष प्रसंग घडण्याच्या आधीच नकारात्मक भावना मनात निर्माण झाल्या, तर प्रत्यक्ष प्रसंग घडल्यानंतर त्या अधिक वाढतात किंवा तीव्र होतात. कदाचित अशा घटना एखाद्या दुर्मीळ परिस्थितीला सामोरे जाण्यास तुम्हाला तयार करतील; परंतु यामुळे मानसिक

ताण तयार होऊ शकतो आणि शारीरिक स्वास्थ्यावर परिणामही होतो.

• **उदासीनता, कंटाळा**

कामात रस घेण्याची प्रेरणा नसणे, बेरोजगारी किंवा निवृत्तीमुळे उदासीनता, संवेदनाविरहित अवस्था यामुळे ताण निर्माण होऊ शकतो. तुमच्या अस्तित्वाच्या आवश्यकतेबद्दल शंका व मूल्यांकनामुळे आत्मप्रतिमा दयनीय होते आणि आपण नकोसे असल्याची जाणीव निर्माण होते. घरात किंवा समाजात आपली खरोखर गरज आहे ना, असा संभ्रम निर्माण होणे, आपली स्वतःची प्रतिमा दुर्बल वाटणे किंवा दुजाभावाची जाणीव होणे यामुळेदेखील नीरसता येते.

• **तीव्र दुःख**

मृत्यूमुळे किंवा घटस्फोटातील विभाजनाने साथीदारांचा होणारा वियोग यामुळे खूप व्यापक आणि दीर्घकालीन मानसिक परिणाम होऊ शकतो. दुःख आणि यातना जर तशाच राहिल्या, दडपल्या गेल्या किंवा ओळखता आल्या नाहीत, तर मानसिक खच्चीकरण तर होतेच; पण शारीरिक हानीसुद्धा होते.

सामाजिक तडजोडीची मोजपट्टी

आरोग्य आणि अस्तित्व हे व्यक्तीच्या शारीरिक व मानसिक प्रक्रियांचा समतोल टिकवण्याच्या क्षमतेवर अवलंबून असते. तो तुमच्या आरोग्याचा मूळ पाया आहे. या समतोलपणाच्या अवस्थेला होमिओस्टॅसिस (Homeostasis) असे म्हणतात. शरीर उद्दीपित होणे, हा शरीराच्या जुळवून घेण्याच्या व्यवस्थेचा अंतर्गत भाग आहे. या व्यवस्थेद्वारे बदलांशी जुळवून घेऊन समतोलपणा पुन्हा मिळवण्याचा प्रयत्न करता येतो. आयुष्यातील अतिबदलांमुळे आपल्या जुळवून घेण्याच्या साधनांवर, क्षमतांवर सातत्याने भार पडतो व त्यामुळे आजारही उद्‌भवू शकतात. अमेरिकन डॉक्टर टी. एच. होम्स आणि डॉ. आर. एच. राहे यांनी सामाजिक तडजोडीची मोजपट्टी काही दाखल्यांवर ठरवली आहे. त्यांनी आयुष्यातील सुमारे एक्केचाळीस सकारात्मक आणि नकारात्मक असे काही दाखले दिले आहेत आणि त्याला सामोरे जाण्यासाठी किती प्रमाणात तडजोडींची गरज आहे, हेही सांगितले आहे.

होम्स आणि राहे यांची मोजपट्टी वापरणे

एका वर्षात ३०० पेक्षा अधिक गुण वाढले तर आजाराचा धोका आहे, १५० ते २९९ गुण तुमचा हा धोका तीस टक्के कमी करतात आणि १५० पेक्षा कमी गुण असतील तर किंचित आजारी पडण्याची शक्यता असते; परंतु आजारपण हा बदलाचा अपरिहार्य

परिणाम नाही. त्या बदलांना तुम्ही कसे सामोरे जाता, हे प्रामुख्याने तुमचे व्यक्तिमत्त्व आणि कर्तृत्व यावर मोठ्या प्रमाणात अवलंबून असते.

होम्स-राहे मोजमाप	
आयुष्यातील प्रसंग	**आयुष्यातील बदलांचे गुण**
जोडीदाराचा मृत्यू	१००
घटस्फोट	७३
वैवाहिक विभाजन	६५
तुरुंगवास	६३
कुटुंबातील व्यक्तींचा मृत्यू	६३
वैयक्तिक दुखापत/आजारपण	५३
विवाह/लग्न	५०
कामावरून काढून टाकणे	४७
जोडीदाराशी समेट	४५
निवृत्ती	४५
कुटुंबातील व्यक्तींचे आरोग्य बिघडणे	४४

गर्भधारणा	४०
लैंगिक समस्या	३९
नवीन कुटुंबसदस्याची भर	३९
धंद्यामध्ये तडजोड	३९
आर्थिक स्तरात बदल	३८
जोडीदाराशी झालेल्या वादविवादांच्या संख्येत बदल	३५
महत्त्वाची वस्तू तारण ठेवणे	३२
तारण कर्ज सोडविण्यास भाग पाडणे	३०
कामाच्या ठिकाणी जबाबदारीत बदल	२९
मुलगा किंवा मुलगी घर सोडून जाणे	२९
सासुसासऱ्यांचा त्रास	२९
व्यक्तिगत (असामान्य) कामगिरी	२८
जोडीदाराने कामाला सुरुवात करणे किंवा थांबवणे	२६
शाळा सुरू होणे किंवा संपणे	२६

राहणीमानात बदल	२५
वैयक्तिक सवयीत बदल	२४
वरिष्ठांबरोबरचा त्रास	२३
कामाच्या तासांमध्ये अथवा स्थितीमध्ये बदल	२०
राहत्या घरामध्ये बदल	२०
शाळेमध्ये बदल	२०
करमणुकीत बदल	१९
धार्मिक कार्यक्रमात बदल	१९
सामाजिक कार्यक्रमात बदल	१८
कमी प्रमाणात तारण ठेवणे वा कर्ज	१७
झोपण्याच्या सवयीत बदल	१६
कुटुंबाच्या भेटीगाठीत बदल	१५
खाण्याच्या सवयीत बदल	१५
सुटी	१३
नाताळ	१२
अल्प प्रमाणात कायद्याचे उल्लंघन	११

तणावाची चिन्हे

मानवी शरीर हे ताणांशी सामना करण्यासाठी ठरावीक मर्यादेपर्यंतच पुरेपूर समर्थ असते. जर बदलत्या परिस्थितीशी जुळवून घेण्याच्या शरीराच्या क्षमतेवर अतिताण आला, तर हळूहळू शरीर काम करणे बंद करते. वेगवेगळे अवयव ताणाचे बळी बनू शकतात. त्याची चिन्हे वेगवेगळ्या प्रकारे किंवा अनेक प्रकारे एकत्र येऊन अशी दिसू शकतात.

पोटाची कार्यक्षमता अनेक दिवस कमी होणे, डोकेदुखी, त्वचेवरील पुरळ, पाठदुखी, अनियमित श्वसन आणि झोप न येणे अशी लक्षणे सर्वसाधारणपणे सुरुवातीला दिसू लागतात. ही चिन्हे आपण स्वतःला मर्यादेपलीकडे राबवून घेत असल्याची चिन्हे आहेत. मानसिक लक्षणांची प्रवृत्ती मंद गतीने पसरण्याची असते आणि ही लक्षणे ओळखणे अधिक कठीण असते. आपले वर्तन मुख्यतः ताणापासून दूर राहणारे असावे.

आपल्या वर्तनातील बदल आपल्या स्वतःच्या लक्षात येणे तसे अवघड असते, पण वर्तनातून तणाव व्यक्त होतो. आपल्या जवळच्या व्यक्तींना आपल्या वर्तनातले बदल ओळखणे त्यामानाने अधिक शक्य होते. लहरीपणा, सैरभैर संदर्भहीन वर्तन आणि बदलणारी

मानसिकता यांचे मूळ अनेकदा तणावामध्ये असते.

शारीरिक चिन्हे

शरीर विविध वाहिन्यांद्वारे ताण प्रवाहित करत असते. बेसावधपणा, वैफल्य ही शारीरिक ताणाचीच सरळसरळ कारणे आहेत. माणसाच्या शरीरावर अनेक ठिकाणी हा ताण आलेला दिसतो.

विशेषत: डोके आणि पाय या ठिकाणी तो ताण अधिक जाणवतो. यापैकी बऱ्याचशा सवयी अगदी लहानपणापासून आयुष्यभरासाठी जडलेल्या असतात. पण ताणाखाली असताना या सवयींना आपण अधिक प्रमाणात बळी जातो. या सवयींनुसार केस, कान किंवा नाक यांना स्पर्श करत राहणे, दात खाणे किंवा ओठ चावणे ही सामान्य लक्षणे आहेत. त्याचबरोबर पाय आपटत चालणे किंवा पाय वळवणे हे सुद्धा सहज होते.

अधिक गंभीर स्वरूपाच्या ताणाची चिन्हे शारीरिक ताणाशी संबंधित आजारपणातून व्यक्त होतात. आपल्या शरीराच्या रचनेतील जडणघडणीत कोणता अवयव किंवा संस्था कमजोर व अकार्यक्षम आहे, यावर हे बदल होत असतात.

मन:स्थितीची चिन्हे

विविध मार्गाने ताण-तणाव आपल्या मन:स्थितीवर परिणाम

करत असतात. मन:स्थितीतील काही बदल वरवरचे असतात, पण काही खूप खोलवर परिणाम करणारे असतात आणि काही अधिक व्यापक असतात.

पटकन चिडणे आणि उतावळेपणा ही अति उत्साहाची लक्षणे आहेत. तुलनात्मकरीत्या वरवरच्या प्रतिक्रियांच्या मुळाशी चिंता आणि आक्रमकता असते. अस्वस्थता आणि वैफल्य हे जर तसेच राहिले, तर ते अधिक गंभीर बनून पूर्ण शत्रुत्वाची भावना व क्रोध वाढीस लागतो. नियंत्रणाचा अभाव किंवा नोकरीच्या ठिकाणी असमाधान ही याची कारणे आहेत. उदासीनता व आळस या निराशावादी भावना आहेत. त्यांचा संबंध नेहमीच कमी प्रेरणांशी असतो.

त्या अधिकाधिक तणावपूर्ण असू शकतात, म्हणजेच सरळसरळ त्या ताणयुक्त भावना असतात. या सर्वांत गंभीर आहेत त्या कमजोर न्यूनगंडाच्या भावना, म्हणजे अपराधीपणाची भावना, शरम वाटणे आणि हतबलता किंवा हताशपणाची जाणीव. त्याचबरोबर खिन्नता आणि थकवा या गोष्टीसुद्धा नेहमी याच्याशी जोडल्या जातात. जर ही कमजोर आणि नकारात्मक मन:स्थिती खूप काळ राहणारी आणि टोकाची असेल, तर ती अधिक गंभीर स्वरूप धारण करते आणि याच्या मुळाशी मानसिक समस्या असते.

वर्तणुकीतील खुणा

कोणतेही वर्तन तुमच्या स्वत:च्या स्वाभाविक वर्तनाप्रमाणे

नसेल, तर ती ताणविरोधी प्रतिक्रिया असते. तुमचे नेहमीपेक्षा निराळे वर्तन हे तुम्ही तुमच्या ताणाला दिलेली प्रतिक्रिया असते. शेवटच्या क्षणांपर्यंत महत्त्वाचे काम पूर्ण न करता ते करणे सोडून देणे, शेवटच्या क्षणी एकदम घाबरून जाऊन ते पूर्ण करण्यास अयशस्वी ठरणे, कामासाठी व वेळ पाळण्यासाठी अपुरा वेळ देणे, एकाच वेळी अनेक कामे करण्याचा प्रयत्न करणे आणि काम करताना खात राहणे अशा लक्षणांचा 'A' या वर्तनप्रकारात अंतर्भाव होतो.

आपले ताणयुक्त वर्तन चांगला सुसंवाद साधण्याची क्षमता कमी करते. अतिशय भरभर बोलणे, मोठ्याने बोलणे किंवा आक्रमक बोलणे, दुसरे बोलत असताना मधे-मधे बोलणे किंवा ते बोलत असताना त्यांना बोलू न देता बोलत राहणे, समोरच्या व्यक्तीचे ऐकून न घेणे किंवा त्यांच्याशी वादावादी करणे, हे ताणाखाली असताना समोरच्या व्यक्तीशी वागतानाचे ठरलेले मार्ग आहेत. मीटिंगमध्ये किंवा सामाजिक कार्यक्रमात डुलक्या घेणे, झोप न घेता काम करण्याचा प्रयत्न करणे, विनोदबुद्धीचा अभाव असणे, असंबद्ध किंवा धक्कादायक हालचाली करणे, सतत उदासीन आणि संतापी प्रतिक्रिया देत राहणे हीसुद्धा या बाबतीतली काही चिन्हे आहेत.

संतापणे किंवा अचानक प्रतिक्रिया देणे असे ज्या वेळी होते, तेव्हा आपण त्या समस्येचे महत्त्वच हरवून बसतो. किंबहुना आपण अशा समस्या शांतपणे सोडवू शकतो. प्रसंगानुसार संतापणे–मग ते

शाब्दिक किंवा अश्रूंच्या स्वरूपात असो, ते स्वाभाविकच आहे. किंबहुना साठलेला ताण सैल करण्याचा तो एक निरोगी मार्ग आहे. परंतु हे असे सतत एकसारखे खूप काळ सुरू राहिले, तर हे सर्व काहीतरी गंभीर समस्या असल्याचे दर्शविते.

सातत्याने आपला स्वभाव व मानसिकता यांच्या विरूद्ध वागणे व अशाच भावना निर्माण होणे म्हणजे आपण स्वत:मधील ताणांना सामोरे जाण्याची क्षमता हरवून बसत असल्याची गंभीर सूचना आहे. कोणत्याही भावना जाणून घेण्याची किंवा त्या व्यक्त करण्याची क्षमता नसणे किंवा आपण एक स्वयंचलित यंत्र आहोत ही भावना असणे, माणूस असण्यापेक्षा 'रोबो' यंत्रमानवासारखे वागत राहणे, हे आपल्या आजूबाजूच्या वातावरणाचा आणि स्वत:चा संपर्क आपण हरवून बसल्याचे दर्शविते. निर्णय घेण्याची क्षमता नसणे, सतत मन अस्थिर असणे (चंचल), स्मरण कुंठित होणे, तात्कालिक स्मरणाचा अभाव, एकाग्रतेचा अभाव ही याची सर्वसाधारण लक्षणे आहेत. दररोजच्या जीवनातील आव्हानांना सामोरे जाताना भावनांना आतल्या आत दाबून टाकणे व चिंता ही याची पुढील लक्षणे आहेत.

ताणाची चिन्हे

ताण व्यक्त करणारी चिन्हे : निराशावादी प्रतिक्षिप्त क्रिया

नखे कुरतडणे, मुठी घट्ट पकडणे, जबडा घट्ट आवळणे, बोटांची हालचाल, दात खाणे, खांद्यातून पोक काढणे, चेहऱ्याची त्वचा चिमटीत धरून ओढणे, बोटांच्या नखांजवळची त्वचा ओढणे, पाय हलवत आपटणे, केसांना सारखा स्पर्श करणे.

ताणाशी निगडित असलेले विकार

दमा, पाठदुखी, पचनक्रियेत बिघाड, डोकेदुखी, अर्धशिशी, स्नायुदुखी आणि वेदना, लैंगिक समस्या, त्वचेमध्ये होणाऱ्या विकृती.

मन:स्थितीतले बदल

चिंता, नैराश्य, वैफल्य, सतत अंगवळणी पडलेला राग, शत्रुत्वाची भावना, असहायता, हताशपणा, उतावळेपणा, चिडखोरपणा, अस्वस्थता.

वर्तणूक

एकदम आक्रमक होणे, अस्वस्थ निद्रा, एकाच वेळी अनेक गोष्टी करणे, भावनांचा उद्रेक होणे, काम अर्धवट टाकणे, तीव्र प्रतिक्रिया देणे, अति जलद किंवा जोरात बोलणे

तुमचे ताणतणाव तपासून पहा

आयुष्यातील नेमके ताण कोठे आहेत हे ओळखण्यासाठी यानंतर काही प्रश्नावल्या दिल्या आहेत. त्यांची तुम्हाला नक्की मदत होईल.

तुम्ही स्वत:ला हे प्रश्न विचारून पाहा. एक मात्र लक्षात ठेवले पाहिजे की, बाह्य परिस्थितीत बदल घडवून आणून ती योग्य करण्याच्या पद्धती या सर्वसाधारण आहेत. तसेच तुमच्यातही काही घटक असे असतात की, जे ताण निर्माण करतात.

एकत्रित ताण काही वेळा सर्वसाधारणपणे भीती, काळजी, निराशा या भावनांत रूपांतरित होतात. त्याचे एकच कारण सांगणे मात्र कठीण आहे.

तुमचा परिसर
वस्तू ठेवण्यासाठी तुम्हाला पुरेशी जागा कधीच मिळत नाही? तुमचे घर खूप लहान आणि अपुरे, कोंदट आहे का? तुम्हाला तुमच्या घरात काम करण्यासाठी अधिक जागेची गरज आहे का?

तुम्हाला असे वाटते का की, तुम्हाला पुरेसे खासगी आयुष्य नाही?

संध्याकाळच्या वेळी घरामध्ये विश्रांती घेणे तुम्हाला अवघड वाटते का?

तुमचे शेजारी खूप आवाज करणारे आहेत का?

हिवाळ्याच्या अंधाऱ्या दिवसांमध्ये तुम्हाला उदास वाटते का?

सकाळी उठताना तुमची पाठ ताठर असते का?

खूप वेळ एकाच जागी बसल्यानंतर तुम्हाला अस्वस्थता जाणवते का?

तुम्ही स्वत:

तुम्हाला असे वाटते का की, तुम्ही बदलता न येण्यासारख्या परिस्थितीत अडकलेले आहात?

तुमच्यात गुण कमी आणि दोष जास्त आहेत, असे तुम्हाला वाटते का?

अनोळखी व्यक्तीशी बोलताना तुम्हाला भीती वाटते का?

दुसऱ्या माणसांची मने दुखावली जाऊ नयेत, म्हणून तुम्ही तुमचे विचार दडपून टाकता का?

तुम्हाला जे करायचे असते, हवे असते त्याचा तुम्ही इतरांना ते हवे आहे म्हणून त्याग करता का?

तुम्हाला तुमच्या समस्येविषयी बोलणे खूप कठीण जाते का?

काही गोष्टी शेवटच्या क्षणापर्यंत तुम्ही करत नाही, कारण त्यात येऊ शकणाऱ्या समस्यांनी तुम्ही चिंतातुर असता का?

कठीण परिस्थितीला सामोरे जाताना तुम्ही अस्वस्थ होता का?

भविष्यकाळाची चिंता/काळजी करण्यामध्ये तुम्ही खूप वेळ वाया घालवता का?

तुम्हाला चटकन राग येतो का?

तुम्हाला थोडे जरी डिवचले तरी तुम्ही रडता का?

तुम्ही तुमचे उद्दिष्ट किंवा साध्य ठरविल्याप्रमाणे गाठू शकला नाहीत, तर तुम्हाला अपराधी किंवा निराश वाटते का?

विश्रांती घेणे तुम्हाला अवघड वाटते का?

तुम्हाला असे वाटते का, की तुमची बुद्धिमत्ता खूप कमी (मर्यादित) आहे?

तुमच्या आयुष्यातील तणावग्रस्त प्रसंगांना तोंड देत राहणे तुम्हाला कठीण वाटते का?

तुमचे नातेसंबंध

तुम्हाला असे वाटते का की, तुमच्याजवळ स्वत:साठी वेळच नाही?

तुम्ही पैशाबाबत खूप वादावादी करता का?

तुम्हाला असे वाटते का, की घरात तुम्हाला अजिबात एकान्त मिळत नाही?

तुम्ही तुमच्या कुटुंबासाठी अधिक काही करू शकत नाही, याविषयी तुमच्या मनात अपराधीपणाची भावना आहे का?

तुमच्या आयुष्याचा जीवनसाथी, साथीदार (जोडीदार) तुमच्या आदर्शांनुसार जगत नाही, म्हणून तुम्हाला निराश वाटते का?

कायमच्या नातेसंबंधांमध्ये स्थिरावणे तुम्हाला कठीण वाटते का?

तुमच्या जन्माच्या जोडीदाराबरोबर लैंगिक विषयावर बोलण्यास तुम्हाला संकोच वाटतो का?

तुम्हाला असे वाटते का, की तुमच्या काही लैंगिक गरजा किंवा पसंती आवडीनिवडी (आवड) असाधारण (पूर्णपणे वेगळ्या) आहेत?

प्रेम करताना तुम्हाला नेहमी खूप थकल्यासारखे वाटते का?

तुमच्या परिवारात काहीजण आपली जबाबदारी पूर्ण करत नसल्याने, अस्वस्थतेची भावना किंवा वातावरण आहे का?

जेव्हा मुले उलट उत्तरे देतात किंवा उद्धटासारखी बोलतात, तेव्हा तुम्हाला ती समस्या वाटते का?

तुम्ही घरामध्ये पुरेसा वेळ देत नाही, म्हणून तुमचे कुटुंब नाराज आहे का?

तुम्ही तुमच्या मित्रमैत्रिणींना नीट भेटू शकत नाही, म्हणून तुम्ही वैतागला आहात का?

तुमचा साथीदार तुमच्यापेक्षा अधिक कमावतो, म्हणून तुम्ही अस्वस्थ आहात का?

तुमचा व्यवसाय

तुम्हाला तुमचा व्यवसाय योग्य वाटतो का? की तुम्ही फारच कष्ट करत आहात असे जाणवते?

तुमच्या चांगुलपणाचा गैरफायदा घेतला जातोय किंवा तुम्हाला खूप काही करावे लागते, असे तुम्हाला वाटते का?

तुम्ही नेहमी जेवणाच्या सुटीतही काम करता किंवा संध्याकाळीही काम करता का?

तुम्हाला कधीच सुटी मिळत नाही का?

तुमच्या व्यवसायाच्या ठिकाणी असलेल्या वातावरणामुळे तुम्ही उदास आहात का?

नुकत्याच मिळालेल्या बढतीला पेलणे तुम्हाला अवघड वाटते का?

तुम्हाला पगारवाढ किंवा सुटी मिळावी, यासाठी अधिकाऱ्यांशी बोलण्याचा तुम्हाला संकोच वाटतो का?

तुमची नोकरी तुम्हाला कंटाळवाणी वाटते का?

तुमच्या कामाचे व्यवस्थापन करणे तुम्हाला अवघड वाटते का? किंवा एकाच वेळी अनेक गोष्टी तुम्हाला कराव्या लागतात का?

तुम्ही जेव्हा व्यग्र असता, तेव्हा प्रतिनिधी म्हणून दुसऱ्यांवर काम सोपवणे तुम्हाला अवघड वाटते का?

तुमच्या सहकाऱ्यांबरोबर जुळवून घेणे तुम्हाला अवघड वाटते का?

तुमच्या व्यवसायाच्या ठिकाणी संवादाच्या प्रक्रिया, माध्यमे, वाहिन्या खूप कमी दर्जाच्या आहेत असे तुम्हाला वाटते का?

तुमच्या व्यवसायात नेहमीच कामाच्या अंतिम मुदतीचा (डेडलाइनचा) दबाव असतो का?

तुमची एकाग्रता भंग करणारे व्यत्यय तुम्हाला सतत येतात का?

तुम्ही खूप गोंगाट असणाऱ्या, कोंदट किंवा कुबट वास असलेल्या वातावरणामध्ये काम करता का?

तुम्हाला असे वाटते का, की तुमची बुद्धिमत्ता आणि क्षमता पूर्णपणे ओळखल्या गेल्या नाहीत?

थोडीसुद्धा विश्रांतीची संधी न मिळता तुम्हाला निष्ठुरपणे आणि यांत्रिकपणे काम करावे लागते का?

तुमच्या वेळेचे नियोजन

तुम्ही बऱ्याचदा शक्य तेवढे भरभर काम करण्याचा प्रयत्न करता का?

जेव्हा तुम्ही एखाद्या महत्त्वाच्या प्रकल्पावर काम करत असता, तेव्हा तुम्हाला वेळ अपुरा पडतो का?

तुम्ही जाणूनबुजून एकाच वेळी अनेक गोष्टी करण्याचा प्रयत्न करता का?

तुम्ही सातत्याने तुमच्या भेटी घेण्याच्या (अपॉईंटमेंट्स) वेळा, महत्त्वाच्या अंतिम मुदतीच्या वेळा (डेड-लाईन) विसरता का?

तुम्ही तुमचे कार्यक्रम एका दिवसापेक्षा अधिक किंवा दोन दिवस

आधी असे फार क्वचित आयोजित करता का?

तुम्ही भरभर बोलता आणि चालता का?

तुम्ही लवकर अस्वस्थ होता का?

तुम्हाला नेहमीच घाई असल्याचे जाणवते का?

तुम्हाला असे वाटते का, की काळ फार जलद गतीने पुढे जातो आहे?

प्रवासात खूप वेळ जात असल्याने तुम्हाला लगेच कामाला लागावे लागते का?

तुम्ही कामाला जाताना नेहमी गर्दीच्या वेळी प्रवास करता का?

तुम्ही नेहमीच खूप वेळ कामात घालवत असल्याने तुमचा जोडीदार त्रस्त असतो का?

तुम्ही फारच क्वचित प्रसंगी खेळ, विश्रांती, आळस किंवा दिवास्वप्न बघण्यात वेळ घालवता का?

तुमच्याजवळ स्वत:चा असा कमी वेळ असतानाही तुम्ही बराच वेळ इतर माणसांबरोबर खर्च करता का?

तुम्हाला असे वाटते का, की तुम्ही घरामध्ये बराच वेळ मुलांबरोबर घालवता?

तुम्हाला जे काही करण्याची निकड आहे, ते पूर्ण करण्यासाठी तुम्हाला पुरेसा वेळ न मिळाल्यास तुम्ही पटकन चिडता का?

तुम्ही नोंदवही (डायरी) कधीच वापरत नाही का?

तुमचा आहार आणि व्यायाम

मुख्य जेवणासाठी तुम्ही नियमितपणे अर्ध्या तासापेक्षा कमी वेळ देता का?

तुम्ही नेहमी जेवताना काम करणे, प्रवास, वाचणे, स्वयंपाक, टी.व्ही. पाहणे अशा गोष्टी करता का?

मोठ्या प्रमाणावर आणि त्वरित ऊर्जा निर्माण करणारे अधिक उष्मांकांचे पदार्थ तुम्ही जास्त प्रमाणात खाता का?

तुम्ही नियमितपणे खालील अन्न सेवन करता का?

—हवाबंद डब्यातील अन्न, प्रक्रिया केलेले अन्न, कोरडे, सुटसुटीत खाद्यपदार्थ, चरबीयुक्त किंवा तळलेले अन्न, खूप दिवसांपासून साठवलेल्या भाज्या इ.

दिवसभरामध्ये तुम्ही पाच कपांपेक्षा अधिक चहा किंवा कॉफी पिता का?

तुम्ही एका दिवशी चार ग्लास वाईन, चार माप (पेग) मद्यार्क,

किंवा दोन पिंट बिअर घेता का?

मुख्य जेवणांमध्ये तुम्ही नियमितपणे काही खाद्यपदार्थ खाता का?

तुमचे वजन सहजगत्या किंवा वेगाने वाढते का?

तुम्हाला मोठ्या प्रमाणात सर्दी, खोकला किंवा जंतुसंसर्ग होतो का?

तुम्ही सिगारेट ओढता का?

तुम्ही विचारचक्राला विश्रांती देण्यासाठी प्रत्येक दिवसातला काही वेळ कधीच काढत नाही का?

तुम्ही दिवसातून क्वचितच स्वत:साठी विश्रांती म्हणून वेळ काढता का?

तुमच्या दैनंदिन कार्यक्रमात तुम्ही शारीरिक श्रम– जसे भरभर चालणे, लहान मुलांचा पाठशिवणीचा खेळ किंवा काही सौम्य शारीरिक काम – क्वचितच करता का?

आपले अस्तित्व प्रस्थापित करण्याची कला
(Art of Being)

आपण आपल्याकडे कोणत्या दृष्टिकोनातून बघतो, यावर आपण जे काही करतो ते सर्व अवलंबून असते. म्हणजेच आपण जे काही करतो, त्याला आकार देण्याचे काम तुमच्या स्वतःकडे बघण्याच्या दृष्टीवर अवलंबून असते. तुम्ही स्वतः आत्मविश्वासपूर्ण असाल आणि तुमची कृती आणि भविष्य हे नियंत्रित करू शकत असाल, तर ताण ही तुमच्या आयुष्यात मोठी समस्या ठरण्याची शक्यता नाही.

ज्या वेळी आयुष्य असह्य तणावपूर्ण होते, त्यावेळी बाह्य प्रभावांना दोष देण्याचा मोह वारंवार होतो; परंतु अनेकदा याला आपणच जबाबदार असतो. कारण जीवनाचा अधिकाधिक आनंद घेणे किंवा आपल्या सुप्त क्षमता ओळखणे यात आपण कमी पडतो.

आपण जर स्वतः समाधानी, संतुलित असू; तरच आपण इतरांशी सफल आणि समतोल संबंध प्रस्थापित करू शकतो. त्यामुळे आपला स्वभाव व वृत्ती कशा आहेत हे ओळखून आणि आपल्या मूल्यांवर विश्वास ठेवण्याइतका आत्मविश्वास आपल्यात असला पाहिजे.

आपल्या आयुष्यात बदल आणि प्रगती यांना किती वाव आहे, हे ओळखणे म्हणजे स्वत:ची ओळख पटणे, असे म्हणता येईल. तुम्ही सध्या ज्या परिस्थितीत अडकलेले असता, त्यामध्ये नेहमीच असाल असे नाही. आपण कसे दिसावे, कसे वावरावे, कसे बोलावे आणि दैनंदिन जीवनात आपले वर्तन कसे असावे, तसेच व्यक्तिगत संबंध कसे असावेत याबाबत निवडीला आपल्या सर्वांना वाव आहे. आपण आपल्याकडे कसे बघतो, यावर मूलभूत फरक पडू शकतो.

बदलाची जी प्रत्यक्ष प्रक्रिया आहे, त्यात बऱ्याच मोठ्या प्रमाणात साहस व निर्धार यांचा समावेश असतो आणि ही त्वरित होणारी प्रक्रिया नव्हे. आपण ज्या खोट्या भूमिकांमध्ये अडकलेलो असतो त्यासाठी त्या पद्धतीला दोष देणारी आपल्यामधील जी प्रवृत्ती आहे, ती एकदा ओळखली; तर आपल्यापैकी अनेक जण स्वत:च्या कृतीवर नियंत्रण मिळवू शकतात आणि अधिक सामर्थ्यशाली बनू शकतात. याचा अर्थ आपल्या नकारात्मक आणि सकारात्मक गुणांचा अंदाज घेणे किंवा ते तपासून पाहणे, तुमच्यातील दोष आणि कमतरता, तसेच तुमची ताकद दोन्हीही स्वीकारणे किंवा दोन्हींचा समतोल साधणे हा होय! बदल हा नेहमीच सोपाही नसतो, कधी तो यातनादायकही असतो; हे समजणे महत्वाचे आहे.

तुम्ही स्वत:कडून किंवा इतरांकडूनही कल्पनातीत अशक्य अशा मागण्या करून स्वत:ला निराशेच्या मार्गावर नेऊ नका. आपल्या कोशातून बाहेर पडून स्वत:ला एकदम आग्रही व ठाम बनवणे

अवघड असू शकते; परंतु ह्या कौशल्यांद्वारे तुम्ही जे नाही आहात ते होण्याचे जे प्रयत्न तुम्ही करत असता, ते प्रयत्न थांबवण्याचे साहस तुमच्यात निर्माण होईल आणि तुम्ही जे आहात, त्यापेक्षा अधिक यशस्वी व्हाल.

तुम्ही जे आहात ते असणे

प्रत्येकात गुणदोष असतात. आपण परिपूर्ण नाही हे ओळखणे, तुम्ही सामान्य माणूस आहात, ज्याचे जीवन असुरक्षित, अपयशपूर्ण आहे हे जाणणे, हे स्वत:विषयीच्या सद्भावनेचे पहिले पाऊल आहे. जर तुमचा स्वत:विषयीचा विचार, सकारात्मक असेल, तर तुमचे गुणदोष योग्य रितीने मापण्यासाठी तुम्ही सक्षम असता. तुम्हाला अशा पद्धतीने हे मोजमाप घेता येत नसेल तर, त्यासाठी तुमच्या मित्रांची मदत घ्या.

त्याला/तिला तुम्ही कसे आहात, याविषयी प्रामाणिक मत विचारा. चांगले आणि वाईट गुण लिहून काढून त्याची दखल घ्या. तुमच्यातील जे चांगले गुण आहेत, त्यातून तुमच्या विशेष क्षमता आणि स्वभाववैशिष्ट्ये व कौशल्य दिसते. याद्वारे तुम्ही इतरांपेक्षा वेगळे दिसता. तुमच्या चांगल्या गुणांबाबत तुम्हाला अभिमान वाटू देत. पण हे लक्षात ठेवा की, काही चांगल्या गुणांमध्ये काही दोषही लपलेले असतात. विनयशीलता आणि नम्रता हे गुण स्वयंआदर व स्वाभिमान यांना मारक ठरू शकतात.

सकारात्मक विचार करण्यासाठीच्या सर्वोत्तम उपायांपैकी एक उपाय म्हणजे स्वत:विषयीचे चिंतन करणे, आपल्या ध्येयाची कल्पना करणे. हे तंत्र तुम्हाला योग्य पद्धतीने मार्ग दाखवेल.

स्वत:ला शांत ठेवणे (मन:शांती)

मन:शांती आणि मनशक्ती, शांत-स्थिरचित्त अवस्थेत तुमचे संपूर्ण लक्ष अधिक केंद्रित होते. त्यामुळे तुमच्या विचार, कृती यावर नियंत्रण येते. जेव्हा जबरदस्त तणावपूर्णतेला तोंड देण्याची वेळ येते, तेव्हा तुम्हाला उपलब्ध पर्यायांची जाणीव होते. तुम्ही जर कणखर, खंबीर आणि शांत असाल; तर तुम्ही अधिक वस्तुनिष्ठतेने तुमच्या भावनांचा बौद्धिक अंगाने विचार करू शकाल.

तुम्ही जर रागीट, निराशावादी किंवा भयाने पछाडलेले असाल, तर मनाची अशी शांतता प्राप्त करणे अतिशय अवघड असते. तथापि त्या भावनांकडे आयुष्याचा सर्वसाधारण भाग म्हणून पाहिले आणि त्या कशामुळे निर्माण होतात हे माहिती करून घेतले, तर त्याच्यावर मात करणे सोपे जाईल. जेव्हा शक्य असेल, तेव्हा तुमच्या भावना मोकळेपणाने व्यक्त करा. तसे केले नाही तर त्या भावना तुम्ही मनातच दडपून टाकाल किंवा त्यांना मनातल्या मनात लपवून ठेवाल. तुम्ही जेव्हा त्या व्यक्त कराल तेव्हा त्यांचा ताबडतोब आणि पूर्णपणे निचरा होतो.

अशा प्रकारे भावना व्यक्त करायला शिकल्यानंतर, विध्वंसक

विचार मनात रुजवण्यापूर्वीच ते टाकून देण्याची जाणीवपूर्वक सवय स्वत:ला लावून घ्या. असे केल्याने तुम्ही ताणाला देत असलेल्या साचेबद्ध प्रतिसादाला अटकाव करू शकाल. साचेबंद ताणाचा आकृतिबंध तोडण्याच्या संदर्भात लोक ज्या तंत्राचा प्रामुख्याने वापर करतात, ते तंत्र माणसागणिक बदलते.

नित्याच्या धकाधकीच्या दिनक्रमातून बाहेर पडून, एखाद्या निवांत ठिकाणी जाऊन चिंतन आणि लयबद्ध मंत्रोच्चार करणे या मन शांत करण्याच्या चांगल्या पद्धती आहेत.

जमिनीवर पडून राहणे, तुमच्या अवयवांच्या वजनांवर आणि गुरुत्वाकर्षणाच्या मुद्द्यांवर लक्ष केंद्रित करणे याही बाबी स्वत:ला शांत करण्याच्या दृष्टीने उपयुक्त ठरतात.

त्याचबरोबर मन जाणीवपूर्वक दुसरीकडे वळवण्याचे जे व्यायाम प्रकार आहेत, ते तुम्हाला बसूनही करता येतात. ते परिणामकारकही आहेत. यासाठी शांतपणे खाली बसा. तुमचे हात टेबलावर घट्ट रोवून ठेवा आणि 'थांबा' असे मोठ्याने म्हणा. तुमचे गुडघे दोन्ही बाजूला 'X' या आकारात करून ठेवा. तुमचे शरीर तणावमुक्त करा आणि शांतपणे व लयबद्धपणे श्वास घेत राहा.

तुम्ही स्वत:ला विचारत राहा, की तुम्ही कोणत्या प्रकारची व्यक्ती आहात आणि तुमच्या स्वभावातील विशेष गुणांचा विचार करा. तुम्ही शांत प्रवृत्तीचे आहात का, चैतन्यदायी आहात का, 'A' प्रकारचे, (Type-A) 'B' प्रकारचे (Type-B), विचारी, आवेशयुक्त,

बुद्धिमान, व्यवहारी, नेता, अनुयायी, पारंपरिक, अपारंपरिक, वास्तववादी, आदर्शवादी, प्रथितयश, समाजशील, बोलघेवडे, शहरी, धार्मिक, अज्ञेयवादी आहात का? तुम्ही यापैकी पूर्णपणे एका किंवा दुसऱ्या प्रकारचे असण्याची शक्यता नाही, कारण फारच थोडे लोक पूर्णपणे अशा टोकाच्या वैशिष्ट्यांनी बनलेले असतात. तुम्ही तुमची व्यक्तिगत माहिती लिहून काढा. त्यातून तुम्हाला तुमची स्वभाववैशिष्ट्ये, तुमची सामर्थ्ये सहजरीत्या दिसतील.

वातावरणातील एखाद्या वस्तूवर तुमची नजर केंद्रित करा. मग ती वस्तू कोणतीही असेल. (उदा. तुमचा डावा अंगठा, पेन्सिल किंवा साखरेचे भांडे) त्या वस्तूच्या सर्व बाजूंचे बारीकसारीक तपशिलानिशी निरीक्षण करा. त्यात स्वत:ला पूर्णपणे बुडवून टाका.

त्या वस्तूचा पोत आणि वास जाणीवपूर्वक लक्षात घ्या. जोपर्यंत तुम्ही कल्पनाविश्वात हरवून जात नाही, तोपर्यंत तुम्ही त्या वस्तूचे आणि तिच्याबरोबर असलेल्या तुमच्या सवयींचे मनातल्या मनात वर्णन करा. पाच मिनिटांनंतर तुम्ही खूप शांत व संतुलित झाल्याचे तुम्हाला जाणवेल.

नियंत्रण मिळवा

जरी तुमचे कामाच्या ठिकाणी, घरात किंवा नातेसंबंधात घडणाऱ्या घटनांवर फारसे नियंत्रण नसले; तरी त्याला देण्यात येणारा प्रतिसाद तुम्ही निवडू शकता. कोणतीही घटना वा परिस्थिती,

मग ती कितीही तणावपूर्ण किंवा अप्रिय असू देत – त्यातील सकारात्मक बाबींकडे पाहा. त्या परिस्थितीतून काहीतरी शिकण्याचा किंवा मिळवण्याचा प्रयत्न करा. आपण एका विशिष्ट अशा सापळ्यात अडकलेलो आहोत, असे तुम्हाला वाटण्याची शक्यता आहे. कारण तुम्ही या परिस्थितीला वेगळ्या पद्धतीने प्रतिसाद देण्याचे कोणते पर्यायी मार्ग आहेत, हे तपासून पाहिलेले नाही.

आपण प्रक्षुब्ध होणे, अश्रू ढाळणे किंवा उगाचच काळजी करणे हे सर्व सहजपणे टाळून स्वत:वर नियंत्रण मिळवू शकता. गतकाळात तुम्ही त्या परिस्थितीचा आकृतिबंध कसा होता आणि त्या वेळी आपण कोणती प्रतिक्रिया व्यक्त केली होती, हे तपासून पाहा. त्यापैकी बहुतेकांच्या बहुसंख्य प्रतिक्रिया या आपोआप व्यक्त झालेल्या, अव्यवहार्य, अतार्किक प्रतिक्रिया असतील. उदाहरणार्थ, काळजी. काळजी ही प्रत्यक्ष अस्तित्वात असणारी गोष्ट नसून, एकाच एका अवस्थेची ती पुनरावृत्ती आहे. ताण नव्हे, तर ताणाकडे बघण्याच्या आपल्या विशिष्ट दृष्टिकोनामुळे आपण काळजीच्या किंवा ताणाच्या त्या अवस्थेला बळी पडतो.

ताणावपूर्ण घटना तुमच्या आयुष्यात घडली, तर प्रत्येक वेळेला चिंतातुर होऊन प्रक्षुब्ध होण्याऐवजी तुम्ही तुमचीच नियंत्रण चाचणी घेऊन पाहा. तुम्ही काही मिनिटे शांतपणे बसा. तुमची नाडी, श्वास आणि स्नायूंचा ताण याची केवळ जाणीव होऊ द्या. नंतर तुमचा श्वास दहा सेकंद रोखून धरा. नंतर तो मोठ्याने व जोरजोरात बाहेर

सोडा. हे काही मिनिटे करा. नंतर सर्वसाधारण श्वसन करा आणि हसा. तुमच्या खूप आतील प्रतिसादांवर तुम्ही नियंत्रण मिळवले असल्याने तुम्ही अधिक सकारात्मक कृती करू शकाल आणि तुम्हाला तुमच्याविषयी चांगले वाटण्याची भावना सहज साध्य होईल.

तुम्हाला तुमच्याविषयी सकारात्मक विधायक रीतीने विचार करणे अवघड जात असेल, तर तुम्ही सोप्यातल्या सोप्या बाबींपासून अवघडातील अवघड बाबींपर्यंत जे-जे तुम्ही करू शकता त्याची यादी करा. तुम्ही घरी स्वयंपाक करू शकता, तुम्ही हिशेब लिहू शकता, तुम्हाला उत्तम गाडी चालवता येते, शेल्फ व्यवस्थित आवरता येते, टंकलेखन करता येते, चित्र काढून ते तुम्ही रंगवू शकता, तुम्हाला वाद्य वाजवता येते, तुम्ही एखादा खेळ खेळू शकता, तुमच्याकडे असलेल्या या कौशल्यांची व्याप्ती बघून तुमचे तुम्हालाच आश्चर्य वाटल्यावाचून राहणार नाही.

नातेसंबंध प्रस्थापित करण्याची कला

सर्व मानवी गरजांमध्ये निकटचे आणि प्रेममय नातेसंबंध हे सर्वाधिक मूलभूत स्वरूपाची गरज आहे. इतरांशी आपण कसे नाते जोडतो, यावर आपली भावनिक सुरक्षितता, आनंद आणि अभिव्यक्तीची क्षमता अवलंबून आहे. आपल्या मूलभूत गरजा आणि इच्छा दडपून ठेवल्या तर गोष्ट वेगळी असते. पण असे थोडेच लोक असतात जे अशा इच्छा, गरजा डावलून मोठ्या काळापर्यंत एकट्याने आपले आयुष्य आनंदात व्यतीत करतात.

चिरकाल टिकू शकणारे, आनंद निर्माण करणारे नाते निर्माण करणे व ते टिकवून वाढवणे, हे सध्याच्या युगात अनेक महत्त्वपूर्ण आव्हानांपैकी एक झाले आहे. आधुनिक स्वकेंद्रित परिवारात पूर्वीच्या मोठ्या परिवाराप्रमाणे आधारभूत भावंडांचे जाळे नाही आणि शेजारपाजारचे, नातलग नाहीत. त्यामुळे अशा कुटुंबांना आता स्वत:च्या साधनसंपत्तीवर अवलंबून राहावे लागते. म्हणजेच स्वत:चे गुण, दोष, वैशिष्ट्ये यावर अवलंबून राहावे लागते. इतर प्रकारच्या नात्यांत, आई किंवा वडील यांपैकी एकच पालक असलेल्या कुटुंबात आणि अनेक जोडप्यांच्या किंवा व्यक्तींच्या विस्तारित कुटुंबात चिरकाल आनंद,

यश आणि समाधान यांसाठी अंतर्गत साधनसंपत्तीवर अवलंबून राहावे लागते.

आजकाल नातेसंबंधांमध्ये प्रचंड बदल, प्रामुख्याने स्त्रीच्या बदलत्या सामाजिक भूमिकेतून आला आहे. स्त्रीला घरी आणि नोकरीच्या ठिकाणी काम करावे लागते. त्यामुळे तिला ताणाला सामोरे जावे लागते. नोकरी करत असलेल्या महिलेला कामावर जाण्यासाठी मुलांना सोडून जावे लागते. त्याबद्दल अपराधीपणाची भावना निर्माण होते. तुम्हाला आवडते म्हणून तुम्ही नोकरी करता, असे बरेचदा नसते. कारण कुटुंबाच्या उत्पन्नात वाढ व्हावी, म्हणून तुम्हाला ती करावी लागते. त्यातही त्या स्त्रीचे तिच्या जोडीदाराबरोबर आणि मुलांबरोबर असलेले नाते यामध्ये ती नोकरी तणाव निर्माण करते. पूर्वी पुरुषच कर्तासवरता आणि कमावता असायचा, पण आता तसे राहिले नाही. त्यामुळे त्याला कमीपणा वाटून तो ताणाला बळी पडू शकतो.

आपले नातेसंबंध टिकून राहण्यासाठी बदलत्या परिस्थितीशी जुळवून घेण्याची गरज आहे आणि पारंपरिक मार्गदर्शक तत्त्वे व वैवाहिक मूल्ये पुन्हा तपासून बघण्याची गरज आहे. आपल्या स्वत:कडून, आपल्या जोडीदाराकडून आणि इतर नातेसंबंधाबाबतच्या आपल्या अपेक्षा पूर्वीपेक्षा खूप वाढल्या आहेत.

लैंगिक समाधान, भावनिक आणि बौद्धिक आनंद, आयुष्याकडे बघण्याचा तुमचा दृष्टिकोन आणि महत्त्वाकांक्षा या सर्व गोष्टी आदर्श

नातेसंबंधात कितपत जुळतात; हे आपण शोधत असतो. मैत्री आणि बौद्धिक समानतेच्या पातळीवर, तसेच लैंगिक आकर्षण आणि नाजूक प्रेमभावनेवर आधारित संतुलित, संपन्न, आनंदी अशा सहजीवनाची आपली जी अपेक्षा असते; त्या दृष्टीने या गोष्टी आपल्याला प्रेरित करत असतात.

या सगळ्यांतून आपण समाधान शोधत असतो. पण ते मिळवण्यात जर आपण अपयशी ठरलो, तर आपण असहिष्णू होतो आणि त्यामुळे आपण अधिक टीका करतो. आपल्या जोडीदाराकडून खूप अपेक्षा करणे किंवा विवाहापासून अवास्तव अपेक्षा ठेवणे, हे घरातील कलहाला किंवा विवाह तुटण्यास कारणीभूत ठरते. एकाच माणसाकडून आपल्या सगळ्या इच्छा आणि गरजा पूर्ण करण्याची अपेक्षा करणे हे अवास्तव आहे. कुठे व कशी तडजोड करायची, हे जर आपण शिकलो नाही; तर आपल्या अत्यंत प्रेमळ आणि आपला आधार असणाऱ्या जोडीदारावर आपण उगीचच अधिक ताण टाकतो. आपल्या जोडीदाराची प्रत्येक इच्छा आपण पूर्ण करू शकत नाही, ही अपराधीपणाची भावनाही निर्माण होते आणि त्याचे रूपांतर ताण आणि संताप यात होते.

सुदैवाने चांगले नातेसंबंध निर्माण करण्यासाठी आपल्याकडे उत्तम साधनसंपत्ती आहे. पूर्वी कधीही नव्हता, तेवढा स्पष्टवक्तेपणा आणि प्रामाणिकपणा आत्ताच्या स्त्री-पुरुषांमध्ये आहे. तसेच अधिक स्वातंत्र्य आणि मोकळेपणाही त्यांच्यात आहे. त्याचबरोबर आपल्या

गरजा उघडपणे व्यक्त करणे, दोघांना मान्य असणाऱ्या क्षेत्रांमध्ये तडजोडी शोधणे आणि आदानप्रदानाचा योग्य समतोल मिळवणे, या सगळ्यांच्या मदतीने आपण आपल्या नातेसंबंधातून चांगले काहीतरी मिळवायला हवे. एकमेकांच्या जमेच्या बाजू समजून घेऊन एकमेकांच्या उणिवा स्वीकारायला हव्यात.

काम करण्याची कला

काम हा आपल्या आयुष्यावर प्रभाव टाकणारा एक मोठा घटक असतो. बहुसंख्य लोक दिवसातले आठ तास काम करतात. या व्यतिरिक्त कामाच्या ठिकाणी जाण्यायेण्याचा वेळ, त्यासाठी तयार होणे आणि जादा वेळ काम करणे या सगळ्यांमध्ये नेहमीच खूप वेळ जातो. म्हणजे दिवसभरातील जास्तीत जास्त वेळ आपण ऑफिससाठी देतो. आपण जेव्हा जागे असतो, तेव्हा आपले आठवड्यातील पाच किंवा सहा दिवस काम आणि कामाच्या संबंधातील विचार करण्यात जातात.

आपला समाज कामाच्या नैतिक मूल्यांना मानतो. त्यामुळे कामाकडे बघण्याचा आपला दृष्टिकोन खूप गंभीर झाला आहे. त्यामुळे आपण खूप वेळ काम करतो आणि कामाच्या सुविधा किंवा वातावरण असमाधानकारक असले, तरी ते शांतपणे सहन करतो. मिळणारी बढती ही समाधानामध्ये मोजण्याऐवजी आपण त्याकडे 'यश' म्हणून बघतो आणि आपला स्वयंआदर आपल्या पैसे कमाविण्याच्या ताकदीशी जोडतो. बहुसंख्य लोकांच्या कामाच्या अग्रक्रमांच्या यादीमध्ये आनंदाची भावना सगळ्यात शेवटी असते. आजकाल कामाच्या संबंधातील ताण खूप वाढला आहे आणि

त्यामुळे आजार व मानसिक नैराश्यही येते, हे सगळ्यांनी मान्य केले आहे.

सुदैवाने आपला कामाकडे बघण्याचा दृष्टिकोन बदलत चालला आहे. आपल्या कामाकडून असणाऱ्या अपेक्षा आणि मागण्या आता नुसत्या पगाराशी आणि कामाच्या परिस्थितीवर अवलंबून राहिलेल्या नाहीत, तर आता कामाचा दर्जा आणि त्यापासून मिळणारे समाधान यावरही त्या केंद्रित होऊ लागल्या आहेत.

कामामुळे आपल्याला बांधीलकीची आणि जबाबदारीची जाणीव होते. व्यापार आणि उद्योगांनी बनलेल्या या समाजामध्ये आपण जे काम करतो, त्यामुळे आपली भूमिका स्पष्ट होते आणि आपले व्यक्तिमत्त्व अधिक समर्थ होते.

आदर्श परिस्थितीमध्ये आपले काम आपल्या आयुष्याचा दृष्टिकोन व्यापक बनवते. ज्या वेळी समाधान आणि परिपूर्णता खूप असते, जेव्हा आपण आनंदाने काम करतो आणि चांगल्या प्रकारे किंवा उत्तम काम करतो; तेव्हा आव्हाने आणि संधी आपल्याला विकासासाठी आणि एक चांगले माणूस बनण्यासाठी प्रोत्साहन देतात. कामाच्या समाधानाचा महत्त्वाचा भाग म्हणजे तुमच्या बुद्धिमत्तेला मान्यता मिळणे.

कामाच्या समाधानाचे इतर घटक हे व्यक्तिपरत्वे वेगवेगळे असतात. काही लोकांसाठी सुरक्षितता हा महत्त्वाचा घटक असतो, तर काहींसाठी आपले स्वतःचे उद्दिष्ट निश्चित करण्यासाठी स्वातंत्र्य

मिळविणे हे महत्त्वाचे असते.

वाढता ताण लक्षात घेता बऱ्याच उद्योजकांनी कामाच्या पद्धतीची पुनर्रचना करण्यास सुरुवात केली आहे. त्यांच्या कंपनीच्या योजनेविषयी ते पुनर्विचार करू लागले आहेत, व्यवस्थापन व कर्मचारी यांच्यामधील सुसंवाद आणि संबंध सुधारण्यासाठी प्रयत्न करायला लागले आहेत. यावर एकमात्र तोडगा म्हणजे कामगारांना अधिकाधिक नियंत्रणाचे अधिकार देणे. यामुळे त्यांची नैराश्याची भावना दूर होण्यास मदत होईल.

बेरोजगारीमुळे कमी काम कंटाळवाणे वाटणे आणि औदासीन्य यामुळेही ताण येतो. यावर उत्तम उपाय म्हणजे स्वत:ला स्वयंशिस्त लावण्यास शिकणे. यामुळे तुम्ही दिशाहीन भरकटले जाणार नाही.

अलीकडे कामाची रचना व काम करण्याची पद्धत बदलण्यास सुरुवात झाली आहे. अतिरिक्त कामगार, बेकारी आणि कामाचे दिवस कमी होत चालले आहेत. याचे जसे फायदे आहेत, तसे काही तोटेही आहेत.

अलीकडच्या काळात मोकळा वेळ आणि जगण्याच्या दर्जामध्ये गुणात्मक वाढ यामुळेदेखील कामाच्या अपेक्षा आणि आपली काम करण्याची पद्धत यांची फेरतपासणी होत आहे. कामाचे कमी तास, यांत्रिकीकरण, कामाच्या वेळेतील लवचीकपणा, कामाची वाटणी आणि संगणकाचा वापर या सर्वांनी नवीन कार्यसंस्कृती दिली आहे. एकंदर कामाच्या संकल्पनेबाबत 'माणूस' म्हणून जो एक नवा

स्वागतार्ह बदल होतो आहे, तो यातून सूचित होतो.

संवादाची अधिक मनमोकळी पद्धत आणि कामातील संबंधांबाबत सुधारणा यामुळे कामाच्या ठिकाणी असलेल्या वातावरणावर आपले नियंत्रण यायला आणि आपल्या शब्दाला वजन प्राप्त व्हायला मदतच झाली आहे. आपले कामाच्या ठिकाणचे वातावरण अधिक आनंदी, सलोख्याचे आणि उत्साही हवे असेल किंवा आपल्याला कमीत कमी ताण हवा असेल, तर या आवश्यक बदलांबाबत प्रयत्नशील असले पाहिजे.

तुमच्या वेळेचे नियोजन

सूर्योदय आणि सूर्यास्ताच्या चक्राचा आपल्या दैनंदिन जीवनावर मोठा प्रभाव पडत असतो. हा जो दिनक्रम आहे तो आपली झोप, भूक, कामे, इतर हालचाली हे सर्व मानसिकरीत्या किंवा शारीरिक क्रियांद्वारे नियंत्रित करतो. शरीराचे घड्याळ प्रत्येक व्यक्तिगणिक बदलत असते. काही लोक अगदी सकाळी उत्तम काम करू शकतात, तर काही रात्री उशिरापर्यंत जागून आपले काम करतात. यावरून प्रत्येकाच्या शरीराचे गणित वेगळे असते हे आपल्या लक्षात येईल.

कोणतेही काम करत असताना वेळ ही अत्यंत मौल्यवान गोष्ट आहे हे लक्षात घेतले पाहिजे. त्यामुळे प्रत्येक काम पूर्ण करणे किंवा फुरसतीच्या वेळात छंदांचा पाठपुरावा करणे या सर्व गोष्टी जागे असण्याच्या वेळात बसवण्याचा आपण प्रयत्न करत असतो आणि

यामुळेच जागृतीच्या काळात वेळेची कमतरता भासू शकते. तुमचे कामाचे वेळापत्रक आणि कौटुंबिक जीवन हे अधिक वेळखाऊ आणि तुमच्याकडून अधिक मागणी करणारे असेल, तर त्याला 'ताण संशोधक' सततच्या घाईमुळे येणारे अस्वास्थ्य म्हणतात.

बहुसंख्य लोक 'A' प्रकारच्या व्यक्तिमत्त्वात अधिक ताणाच्या वर्गामध्ये मोडतात. यांच्याबाबत ताणाचे जे प्रश्न निर्माण होतात, ते स्वत:च त्यांनी निर्माण केलेले असतात आणि यांच्या वर्तनामुळे घायकुतेपणाचे जे परिणाम होतात ते सर्वज्ञात आहेत. ते म्हणजे तुंबून राहिलेली कामे, मुदत संपण्याची वेळ जवळ आल्यामुळे येणारा ताण किंवा मुदतीनंतर केलेली कामे, मानसिक तोल जाणे, चिडचिड करणे, सतत काळजी करणे, घाबरून जाणे. हे जेव्हा घडते तेव्हा फक्त कामावरच परिणाम होतो असे नव्हे, तर नातेसंबंध आणि कौटुंबिक आयुष्य यावरदेखील याचा परिणाम होतो. व्यवसायाच्या ठिकाणी जादा काम करावे लागल्याने संताप येणे आणि कुटुंबातील सदस्य व मित्रपरिवारासाठी पुरेसा वेळ न मिळणे याचा परिणाम आयुष्यातील आनंद व नित्याचे समाधान कमी मिळणे असा होतो.

तथापि, तुम्हाला काम नसेल (बेरोजगारी) किंवा कमी काम असेल आणि पुष्कळ वेळ उपलब्ध असेल तरीही तुम्हाला समस्या येण्याची शक्यता आहे. मानसिक आणि शारीरिक प्रेरणा तुमच्यात एकटेपणाची आणि नैराश्याची भावना निर्माण करू शकते.

या सापळ्यातून मुक्त होण्यासाठी तुम्ही तुमचे वेळेशी असलेले

नाते नियंत्रित केले पाहिजे. यासाठीच्या परिणामकारक पद्धतींमध्ये काळजीपूर्वक नियोजनाचा भाग समाविष्ट केलेला आहे. हे करण्याचा प्रभावी मार्ग म्हणजे काळजीपूर्वक नियोजन, स्वत:च्या क्षमतांची चाचणी, नियोजित काम वेळेत पूर्ण करणे, फुरसतीच्या काळातील क्रियांचे नियोजन. उपलब्ध तासांमधून तुम्हाला जास्त वेळ मिळायला हवा आणि काम, घर, फुरसतीच्या वेळच्या क्रियांमध्ये समतोल हवा. त्यातून अधिकाधिक चांगल्या गोष्टी तुम्ही करू शकता. त्यात तुमच्या क्षमतेचा अंदाज घेणे आणि तुमच्या छंदांच्या आवडीनिवडींसह वेळापत्रक निश्चित करणे यांचा अंतर्भाव होतो. तुमच्याकडे उपलब्ध असलेल्या वेळेचे योग्य संतुलन याद्वारे तुम्हाला करता आले पाहिजे. याचबरोबर तुमचे काम, कुटुंब आणि व्यक्तिगत छंद नि आवडीनिवडी या सर्व गोष्टींचा योग्य समतोल तुम्हाला साधता आला पाहिजे.

सकस आहार आणि व्यायाम

आपल्या शरीरामध्ये आपण अन्नाच्या माध्यमातून एक प्रकारचे इंधन भरत असतो आणि व्यायाम करताना हे इंधन वापरून शरीरात ऊर्जा निर्माण केली जाते. याद्वारे चांगला समतोल राखला जातो. जर तुम्ही व्यायाम कमी केला आणि खूप खाल्ले, तर तुमचे वजन वाढण्याचा धोका अधिक असतो. खूप कमी खाणे आणि अतिव्यायाम करण्यामुळेसुद्धा समस्या निर्माण होतात. जवळजवळ आधुनिक काळापर्यंत आपल्या शरीरात ऊर्जेची निर्मिती आणि विनियोग याचा समतोल आपोआप होत असे. कारण आपण आपले शरीर उबदार ठेवण्यासाठी आणि शारीरिक कष्ट करण्यासाठी ही ऊर्जा वापरत असू.

परंतु सध्याच्या उपभोगप्रधान युगात आपल्यापैकी अनेक जण कमीत कमी श्रम करून भरपूर खाण्याचा आणि सुखासीन व आरामदायी जीवनक्रमाचा आनंद घेत असतात.

बैठे काम, श्रम वाचविणारी उपकरणे, अधिकाधिक यांत्रिकीकरण, गाड्यांमधून प्रवास यामुळे आपली जीवनशैली दिवसेंदिवस आळशीपणाकडे झुकत चालली आहे. आधीच्या काळाशी तुलना

करता आजच्या पिढीची संपन्नता अधिक वाढलेली आहे. चरबी वाढवणाऱ्या आहाराचे प्रमाण वाढल्यामुळे शरीरातील ऊर्जेची उपलब्धता आणि गरज यांचा समतोल पूर्णतः बिघडत चालला आहे.

अतिवजनामुळे आरोग्याच्या समस्या निर्माण होऊ शकतात आणि मग त्या अतिताणाशी जोडल्या जातात. त्याचबरोबर त्या 'A' प्रकारातील व्यक्तिमत्त्वाशीही जोडल्या जातात. म्हणजेच उच्च रक्तदाब, धूम्रपान किंवा मद्यपानाच्या सवयी, कोलेस्टेरॉलचे प्रमाण वाढणे इत्यादी. यामुळे हृदय, फुप्फुसे आणि इतर अंतर्गत अवयवांवर ताण येऊन संबंधित व्यक्तीची शक्ती आणि क्षमता मोठ्या प्रमाणावर कमी होते.

नियमित व्यायाम आणि समतोल सात्त्विक आहार तुमच्या वजनावर नियंत्रण ठेवू शकतो. साठलेला ताण, आक्रमकता, उदासीनता, नकारात्मकता, मानसिक आणि स्नायूंवरच्या ताणालाही त्यामुळे योग्य वाट मिळते. झोप चांगली लागणे, डोकेदुखी कमी होणे, तणावाशी निगडित समस्या कमी होणे, मनातील गोंधळ दूर होऊन एकाग्रता व शारीरिक ताकद वाढणे, मन शांत होणे (मनःशांती मिळणे) असे अनेक फायदे नियमित व्यायाम करणाऱ्या लोकांना होतात.

आधुनिक संशोधन असे दाखवते की, खूप वेगाने व्यायाम करताना अतिशय तीव्र रसायने मेंदूमधून बाहेर पडतात. त्यांना एंडॉरफिन्स आणि मॉर्फिन असे म्हणतात. हे घटक आनंद आणि

आरोग्याशी/स्वास्थ्याशी संबंधित असतात. म्हणूनच व्यायामामुळे नैराश्य आणि चिंता यासारख्या नकारात्मक भावना दूर होतात.

तुमच्या आहाराचे मोजमाप आणि नियोजन

वैविध्यपूर्ण आणि चांगला समतोल आहार घेणे, हे आरोग्य चांगले राहण्याचा मूलभूत पाया आहे.

चांगला आहार कोणता, यावर खूप उलटसुलट मतांतरे आहेत. परंतु खूप प्रमाणात तळलेले आणि प्रक्रिया केलेले अन्न, प्राण्यांची चरबी, दुग्धजन्य पदार्थ आणि साखर खूप खाणे किती हानिकारक आहे; याची चांगली माहिती आता लोकांना आहे. त्याचबरोबर ताजी फळे, भाज्या, सॅलडस, धान्ये आणि सालासकट असलेली कडधान्ये हे आरोग्य चांगले ठेवणारे पदार्थ आहेत, हेही सर्वज्ञात आहे.

काही विशिष्ट प्रकारचे अन्न असे असते की, त्याचा तुमच्या मानसिकतेवरही परिणाम होतो. अतिआहारामुळे तुमची तणाव पातळी वाढते. त्यामुळे तुमचा आहार कसा आहे हे नीट बघा. त्यामध्ये काही कमतरता नाही ना, हे बघा. चटपटीत, सत्त्वहीन अन्न टाळा. अति उष्मांक असलेले पदार्थ तुम्हाला तात्पुरता उत्साह देतात, पण त्यामुळे सर्वसाधारणपणे आरोग्याची हानीच होते.

आहारातील कमतरता

आवश्यक ते सात्त्विक घटक नष्ट होण्याची अनेक कारणे आहेत. तुमचे अन्न ताजे आहे ना, याची खात्री करून घ्या. एकदा दुकानातून आणलेल्या पदार्थांचे ताजेपण फार कमी वेळ टिकते. त्यातील पौष्टिक गुणधर्म व 'सी' आणि 'ए' (A) यांसारखी जीवनसत्त्वे लगेचच नष्ट होतात किंवा त्यावर इतर प्रक्रिया करण्याने ताजेपण नष्ट होते.

अन्न अति शिजवल्यानेसुद्धा त्यातील जीवनसत्त्वयुक्त घटक नष्ट होतात. जरी तुम्ही ते शिजवलेच, तरी ते कमी शिजवा. सेंद्रिय पद्धतीने वाढवलेल्या भाज्या खरेदी करा. तुम्हाला असे वाटत असेल की, तुमच्या आहारात काही कमतरता आहे तर बाजूचा तक्ता बघा आणि तुमच्या आहारात कोणत्या गोष्टी नाहीत ते पाहा.

कमतरतेची लक्षणे

लक्षणे	कमतरता व कारणे
थकवा, अशक्तपणा.	लोह, जीवनसत्त्व - बी १२ यांची कमतरता,
सर्दी, फ्ल्यू, संसर्ग	'सी' (C) जीवनसत्त्वाची कमतरता
पोटरीत गोळा येणे, चिडचिड, मासिक पाळीच्या आधी शरीरातील संप्रेरकात होणारा बदल	जीवनसत्त्व 'बी' कॉम्प्लेक्स, कॅल्शियम, मॅग्नेशियम यांची कमतरता.
कोरडी त्वचा, खाज, हिरड्यातून रक्त येणे, त्वचा तडतडणे	जीवनसत्त्व 'ए', 'सी', लिनोलेइक ॲसिड, पॉलिअनसॅच्युरेटेड चरबी आणि जस्त यांची कमतरता.
ठिसूळ व अशक्त हाडे, सांधेदुखी	जीवनसत्त्व 'डी' व कॅल्शियमची कमतरता
थकवा, वजन वाढणे	आयोडिनची कमतरता. (थायरॉइडचे असंतुलन)

शरीरातल्या द्रवाचा निचरा न होणे	पोटॅशियमची कमतरता आणि अधिक क्षार-मीठ.
अर्धशिशी, सुस्ती, चिडचिड, नैराश्य	साखरेची पातळी कमी होणे, अपुरी प्रथिने आणि कार्बोहायड्रेटस्‌ची समस्या, अतिसाखर आणि गोड पदार्थ.
मलावरोध, यकृत बिघडणे, आतड्यांमध्ये अस्वस्थता	फायबरची कमतरता, अति तेलकट व प्रक्रिया केलेले अन्न.

अन्न आणि मानसिकता

काही अन्नाचा भावनांवर आणि वर्तणुकीवर परिणाम होतो. काहींचा परिणाम तत्काळ आनंद देणारा असतो. उदा. मद्य. खूप लोकांना ते लगेचच आराम देते. परंतु पुढे दिलेल्या तक्त्यातील इतर गोष्टींप्रमाणे मद्याचे अति सेवन केले, तर ताणाला सामोरे जाण्याची तुमची क्षमता कमी होते.

पूरक अन्न

तुमच्या जीवनशैलीला योग्य असेल असाच आहार घ्या. जर तुम्हाला अतिशय ताणातून आणि भावनिक संघर्षातून जावे लागत असेल, तर तुम्हाला जीवनसत्त्व बी, जीवनसत्त्व 'सी' आणि जस्त (झिंक) यासारखी खनिजे घेण्याची अधिक गरज आहे. कारण ती खनिजे तुमच्या तणावाच्या वेळी शरीर अधिक प्रमाणात वापरते. जे लोक अधिक धूम्रपान करतात, खूप मद्यसेवन करतात, ॲन्टिबायोटिक्स् घेतात किंवा गर्भनिरोधक गोळ्या घेणाऱ्या महिलांसाठीसुद्धा ती जीवनसत्त्वे गरजेची आहेत.

तणावमुक्त आहार

तुमचा तणाव घालवण्यासाठी तुमचे शरीर अधिक कणखर बनवणे आणि त्यासाठी आहार बदलण्याची कल्पना तशी नवीन नाही. उपास करणे, काही पथ्ये, योगाची तत्त्वे पाळणे या साऱ्याचा हेतू शरीर स्वच्छ करणे हाच आहे. धोकादायक विषारी द्रव्ये काढून टाकणे आणि आतील अवयवांना विश्रांती देणे आणि पुन्हा शक्ती मिळवणे या सगळ्यांचा परिणाम म्हणून मानसिक व शारीरिक शक्ती वाढते.

निरोगी आहारामध्ये अनेक घटक समाविष्ट असतात. त्यामध्ये महत्त्वाचे म्हणजे ताजी फळे, भाज्या व तंतुमय पदार्थ

मनःस्थितीवर परिणाम	
अन्न	**शारीरिक परिणाम**
कॅफेन- चहा, कॉफी, ॲस्पिरिन, कोलायुक्त द्रव्यांमध्ये असते.	मज्जासंस्था उत्तेजित करते, कार्यतत्परता वाढते. किडनी, ॲड्रिनल ग्रंथी, हृदय, उत्तेजित होतात. रक्तवाहिन्या विस्तारित होतात.
साखर	थोड्या वेळेपुरती भरपूर ऊर्जा मिळते, जेव्हा ती रक्तवाहिन्यामधून वाहते. तात्पुरता शारिरीक थकवा घालविते.
मीठ	पोटॅशियमच्या मदतीने शरीरातील द्रव्यांचा नियमित समतोल करण्यासाठी मदत करते.
ट्रायप्टोफन- कोंबडी, मासे, दूध, केळी, पास्ता यात अमिनो ॲसिड असते.	मेंदूतील रासायनिक प्रक्रियांमुळे विश्राम आणि गाढ झोप वाढते.
मद्य	रक्तवाहिन्या विस्तारतात. साखरेची रक्तातील पातळी वाढते. मन आणि शरीर ताणरहित होते, भूक आणि पचनशक्ती वाढवते.

करणारे अन्न
दुष्परिणाम
किडनी खराब होणे, डोकेदुखी, आळशीपणा, चिडचिडेपणा, स्नायूंमध्ये थकवा व उदासी जाणवते, हृदयामध्ये धडधडते, विशेष म्हणजे चहा व कॉफी बंद केल्यावर याचे खूप वाईट परिणाम दिसू लागतात.
ॲड्रिनल ग्रंथी उत्तेजित होतात. नेहमीची रक्तातील साखरेची पातळी कायम ठेवण्यासाठी त्यांना असमर्थ करते. थकवा, नैराश्य, चिडचिडेपणा वाढतो.
प्रमाणाबाहेर मीठ खाल्ले तर अति रक्तदाब, औदासिन्य, चिडकेपणा वाढतो. ॲड्रिनल ग्रंथी उत्तेजित करते आणि तणावाला आमंत्रण देते.
खूप 'ट्रायप्टोफनयुक्त' पदार्थ दिवसा खाल्ल्यास खूप सुस्ती व आळस येतो.
अतिप्रमाणात घेतल्यास यकृत खराब होते. रक्तातील साखरेची समस्या, मेंदूची निर्णयक्षमता, कार्यतत्परता कमी होते, औदासीन्य येते आणि मद्यावरील अवलंबित्व वाढते.

पूरक अन्न	
पूरक	**कोणत्या स्थितीत द्यावे?**
जीवनसत्त्व 'सी'	सर्दी, मद्याचे अतिसेवन केल्यावर धूम्रपान करतेवेळी.
जीवनसत्त्व बी६	मासिक पाळीच्या आधी शरीरातील संप्रेरकात होणारे बदल, गर्भनिरोधक गोळ्या घेणे, अँटिबायोटिक्स (प्रतिजैविके) घेणे, ताणाच्या वेळी आणि दीर्घकाळ असलेला ताण.
प्राईमरोझ (एक फुलझाड)	मद्याचे अतिसेवन, धूम्रपान, त्वचेला खाज सुटणे.
लायसिन - जीवाणूविषयक पेशींचे विभाजन करणारा घटक	त्वचेवर पुरळ येणे. (एक्झिमा —सोरायसिससारखे)
लोह आणि जीवनसत्त्व ब-१२	थकवा, लोहाची कमतरता, अशक्तपणा, मासिक पाळीत अति रक्तस्राव.

डोलोमाईट, कॅल्शियम, मॅग्नेशियम, जीवनसत्त्व-बी६	निद्रानाश, चिडकेपणा, स्नायूंमध्ये गोळा येणे.
जीवनसत्त्व बी कॉम्प्लेक्स बिअरच्या फेसामध्ये खूप असते.	तणाव, अतिशय मद्यपान, धूम्रपान, गर्भनिरोधक गोळ्या व प्रतिजैविके
सुगंधी झाडे	अर्धशिशी
जस्त असलेले जीवनसत्त्व 'ई'	भाजणे, जखमांवर.

हे आहेत. तुम्ही जर मांस खात असाल, तर शिजवण्यापूर्वी ते चरबीविरहित आहे की नाही याची खात्री करून घ्या किंवा चरबी काढून टाका. तणाव आणि थकव्याच्या वेळी आपण काही पदार्थांचे तणावमुक्तीसाठी सेवन करतो, पण तेच ताण देणारे असतात. त्यापैकी बऱ्याच पदार्थांसाठी आरोग्यपूर्ण पर्याय असतात की, जे पदार्थ तणाव निर्माण करणाऱ्या पदार्थांपेक्षा अधिक स्वादिष्ट असतात.

तुमच्या निरोगीपणासाठी तुम्ही प्रत्यक्षात काय खाता, यापेक्षा तुमचा दृष्टिकोन अधिक महत्त्वाचा आहे. तुम्ही भोजनाचा आनंद

घेण्यासाठी वेळ काढा आणि हळूहळू सावकाश प्रत्येक घास चावून खा. वाचताना, स्वयंपाक करताना, टेलिफोनवर बोलताना किंवा काम करताना खाऊ नका. जेव्हा तुम्ही खूप उदास असता आणि अशा वेळेस तुम्हाला खाण्याची इच्छा होत असेल, तर निराश अवस्थेच्या तुमच्या चिन्हांचे निरीक्षण करा आणि त्या वेळेस वेगळे काहीतरी करण्याचा प्रयत्न करा. म्हणजे कोणता तरी व्यायाम करा, पुस्तक वाचण्यामध्ये मन गुंतवा किंवा मित्राला भेटायला जा आणि या सगळ्यांपेक्षाही जेव्हा केव्हा तुम्ही अन्नाचे सेवन कराल तेव्हा त्या अन्नाचा आनंद घ्या.

निकृष्ट अन्न टाळणे

आधुनिक आहार विविध प्रकारच्या स्वरूपात असतो. तो निकृष्ट असतो, पण तरीसुद्धा आपल्यातील बहुतेक जणांना असे वाटते की, त्याच्याशिवाय आम्ही काही राहू शकणार नाही. यातील बऱ्याच पदार्थांना निरोगी पर्याय आहेत. त्या जागी असलेल्या पदार्थांची चव बहुतांशी तशीच असते. अनेक पदार्थ प्रत्यक्षात अधिक भूक प्रज्वलित करणारे असतात. निरोगी पर्यायांची निवड करा आणि सवयीने बहुतेक ती चव तुम्हाला आवडायला लागेल. जेव्हा तुम्ही बाहेर खाता आणि निवडीला मर्यादा असतात, तेव्हा निकृष्ट खाण्याबाबत सावध राहा. पार्टीमध्ये बदाम, दाणे, चीज, बिस्किटस, कॅनॅपिज असे

निरोगी पर्याय		
अन्नाचा प्रकार	अन्न	पर्याय
गोड पदार्थ	बिस्किटस्, केक्स, चॉकलेट, गोड साखरेची सिरियल्स, कोको, गोड पेय, मध, पुडिंग्ज, प्रक्रिया केलेले अन्न ज्यामध्ये साखर अंतर्गत असते.	शर्कराविरहित जाम, सफरचंद, लोणी, सफरचंद-पेअरचा जाम, काकवी, साखरेला पर्यायी स्वीटनर्स, चॉकलेटला पर्यायी पदार्थ, खजूर, अंजीर, सुकामेवा, ताजी फळे, फळांचा रस.
प्राण्यांचे मांस	चरबीयुक्त लाल मांस, डुकराचे मांस, मीठ घालून वाळवलेले डुकराचे मांस, कबाब, हॅमबर्गर्स, गुरांची घट्ट चरबी, तळलेले अन्न, पूर्ण चरबीचे दूध व दही, क्रीम, बटर, चीज, सॉसेस, ड्रेसिंग्ज व सूप यामध्ये असलेली चरबी.	चरबीविरहित कोंबडीचे मांस, मासे, चरबीहीन वनस्पती तेले, मार्गारिन, दूधभुकटी, कमी चरबीचे दही, घरगुती चीज, बकरीच्या दुधाचे चीज.

अन्नाचा प्रकार	अन्न	पर्याय
प्रक्रिया केलेले अन्नपदार्थ	मैदा, शुभ्र तांदूळ, मैद्याचा पाव, पॅकिंग केलेले पदार्थ, 'गोड' प्रकारात मोडणारे सारे पदार्थ	असडीक तांदूळ, पूर्ण गव्हाचे पीठ, राय, बार्ली, मका, ओट, गव्हाचा ब्रेड, गव्हाचा पास्ता, तांदूळ, कडधान्ये, घेवडा, पूर्ण धान्याचे कढण.
मीठ	चिप्स, कुरकुरीत पदार्थ, खारवलेले काजू-बदाम, पिस्ते, प्रक्रिया केलेले पदार्थ ज्यात टिकण्यासाठी मीठ घातलेले असते.	कच्चे न खारवलेले दाणे, भोपळ्याच्या बिया, सूर्यफुलाच्या बिया, कच्च्या भाज्या, समुद्रवेली.
कॅफेन	कॉफी, चहा, थंड पेये, काही वेदनाशामक गोळ्या	आयुर्वेदिक चहा, कॅफेन नसलेली कॉफी, पिवळ्या फुलांची कॉफी, ताज्या भाज्या, फळांचे रस, झऱ्याचे पाणी.

पदार्थ खाण्याऐवजी 'सेलरी' (एक प्रकारचे सॅलड), मुळा, गाजर यासारख्या भाज्या खा.

तणावमुक्त होण्याची तंत्रे

तणावमुक्त असणे ही जगामधील अधिक नैसर्गिक अवस्था आहे. प्राण्यांमध्ये उपलब्ध सवडीच्या वेळात शारीरिक ताण घालवण्यासाठीची क्षमता आहे. नैसर्गिकरित्याच ते मोकळ्या वेळामध्ये स्वत:ला ताणमुक्त करतात, जे आपण मनुष्यप्राणी कधीच विसरलो आहोत. जसे— मांजर शरीर ताणून आळोखे-पिळोखे देते किंवा पाठीची कमान करते, कुत्रा जसा जांभई देतो आणि पाठीवर खाली पडून त्याचे पंजे तो वरती सैल सोडतो.

विश्राम किंवा विश्रांती : तणावमुक्ती परिणामकारक व्हावी यासाठी शरीर आणि मन हे दोन्हीही तणावमुक्त करणे गरजेचे आहे. खरे सांगायचे म्हटले तर रात्रीची नैसर्गिक गाढ झोप हे तणावमुक्तीचे कार्य चांगल्या पद्धतीने करते. पण ते तसे होईलच याविषयी खात्री नाही. झोपण्यावर आपण खूपच वेळ खर्च करतो; परंतु प्रत्येक वेळेस आपण आरामात (relax) असतोच असे नाही, कारण ताणमुक्तीसाठी फक्त चांगली झोप हा उपाय पुरेसा नाही. सध्या आपल्यावर ताणतणावाचे इतके काही आक्रमण असते की, आपल्याला जाणीवपूर्वक व जमतील तितकी ताणमुक्तीची कौशल्ये आत्मसात करण्याची गरज आहे.

खूप लोकांना हेही कळतच नाही की, ते खरेच किती तणावामध्ये आहेत. जर तुम्ही तुमच्या अवयवांमध्ये, सांध्यामध्ये आणि स्नायूंमध्ये निर्माण होणारे ताण आणि तणाव दुर्लक्षित करण्यास सुरुवात केली, तर नंतर हे शारीरिक तणाव तुमच्या शरीरावर आणि मनावर परिणाम करायला लागतात. तेव्हाही ते तुम्ही दूर केले नाहीत तर मंदगतीने तुमच्या शरीराच्या विविध भागांमध्ये साठायला सुरुवात होते.

छुपे ताणतणाव वाढवू देणे आणि त्यांनी तुमच्या शरीराचा ताबा घेणे यामुळे तुमच्या भावनांवर आणि कार्यपद्धतीवर अपरिहार्यपणे परिणाम होतो. प्रत्यक्षात तणावग्रस्त शरीरापेक्षा तणावमुक्त शरीर अधिक परिणामकारक आणि चांगले निरोगी असते. तुम्ही जर हे ताण नियंत्रित केले नाहीत तर या ताणाचे परिणाम शरीरावर दिसू लागतात आणि अगदी अर्धशिशीपासून ते पाठीच्या वेदनांपर्यंत, दुखण्यांपर्यंत वेदनांची एक मालिकाच तयार होते.

शिथिल किंवा तणावमुक्त कसे व्हायचे हे तत्परतेने शिकण्याचे दोन फायदे आहेत. प्रथम म्हणजे तुम्ही तणावमुक्त होण्याच्या तंत्राचा एकदा सराव करू लागलात की, शरीराच्या जाणिवांबाबत जागरूकता निर्माण होते. विशेषत: शरीराच्या ज्या भागांमध्ये कडकपणा आणि वेदना जाणवत असतात, त्याबाबत अधिक जाणीव निर्माण होते. याचा उपयोग तुम्हाला तुमच्या ताणाच्या विरोधात चिघळणाऱ्या घटकांसाठी शरीराचा संरक्षक म्हणूनही

होतो. म्हणजे तुमची बसण्याची अवस्था, तुमचे फर्निचर, जे कपडे आणि बूट तुम्ही घालता आणि सर्वसाधारणपणे तुम्ही तुमचे शरीर जसे वापरता, हालचाली करता, त्याकडे अधिक काळजीपूर्वक लक्ष दिले जाते.

दुसरे म्हणजे तुम्हाला लगेच प्रसन्न वाटायला लागते, अगदी लगेचच! पाच मिनिटे चेहरा, मान आणि खांद्यांचे स्नायू सैल सोडण्यासाठी घालवले, तर डोके दुखणे जाईल आणि तुम्हाला शांत आणि ताजेतवाने वाटेल. वीस मिनिटे खोल-शांत विश्रांती घेतली तर शरीर आणि मन दोन्हीही ताजेतवाने होऊन, दोन तास झोपल्याचे समाधान मिळेल.

जाणीवपूर्वक सातत्याने शिथिल होण्याची तंत्रे शिकल्याने मन ताजेतवाने होते आणि स्नायूंवरील ताण जातो. विविध शिस्तशीर आणि आधुनिक व्यायामाद्वारे बाहेरील ऊर्जा मिळते.

तणावमुक्तता आणि शरीर

जेव्हा आपण खरोखरच तणावमुक्त, प्रसन्न, स्वस्थ (relaxed) झालेलो असतो, तेव्हा नक्कीच लक्षणीय बदल शरीरात झालेले दिसतात. हे बदल तुम्हाला तणावापासून मिळणाऱ्या शिथिलतेमुळे मिळणारा (Relaxation) फरक दाखवतात. ऑटोनॉमिक नर्व्हस सिस्टिमच्या दोन शाखांकडून अधिक ठळकपणे काही बदल झालेले दिसतात. ही शाखा शरीराचे तापमान, पचनशक्ती, हृदयाचे

ठोके, श्वासोच्छ्वासाचे प्रमाण, रक्ताभिसरण, रक्तदाब आणि स्नायूंमधील ताण हे नियंत्रित करते. याच्या एकदम उलट मज्जासंस्थेमधील परॉसिंपथेटिक शाखेची कार्यतत्परता वाढते. ही शाखा ऑक्सिजनच्या वापराचे प्रमाण कमी करते आणि शरीरातील कार्बन डायॉक्साईडच्या उत्सर्जनाचे प्रमाण घटवते. हृदयाचे ठोके व श्वासाचा दर, रक्तदाब, स्त्रियांमध्ये दूध निर्माण करण्याची ग्रंथी आणि कॉर्टीसॉल पातळी कमी करण्याचे काम करते. स्नायूंमधील टोनसुद्धा (Tone) कमी करते आणि आतमधील अवयवांना अधिक परिणामकारकपणे काम करण्यास चालना देते. हे जे सगळे शारीरिक बदल होतात, त्याला डॉक्टर 'विश्रामाला प्रतिसाद' (Relaxation response) असे संबोधतात. हा प्रतिसाद ज्याने आपण ताणाला तोंड देतो, तो 'लढा अथवा पळ काढा' या तत्त्वाच्या अगदी विरुद्ध असतो.

तणावमुक्तता आणि मेंदू

आपण किती तणावमुक्त आहोत, हे आपल्याला आपल्या मेंदूच्या कार्यतत्परतेवरून समजू शकते. मेंदूतून चार प्रकारच्या विविध लहरी प्रक्षेपित होतात. प्रत्येकाला स्वतःची अशी एक वैशिष्ट्यपूर्ण लय असते. त्या आहेत– 'बीटा' – सर्वसामान्य जाणिवेच्या पातळीवरील दैनंदिन लय, 'डेल्टा'– जेव्हा आपण झोपेत असतो आणि स्वप्ने बघतो तेव्हा ती कार्यरत असते, 'थिटा'मधून

(theta) स्वप्नस्थिती प्रतिबिंबित होते. 'अल्फा' लहरी या गाढ-शांत शारीरिक शिथिलतेशी आणि भावनिक शांततेशी जोडलेल्या असतात. जेव्हा मन शांत असते, तोपर्यंत ते जागरूक आणि सावध असते. खूप खोल (गहन) विश्रांती आणि ध्यान यावर 'अल्फा' आणि 'थिटा' या लयींचा प्रभाव असतो. अल्फा व थिटा एक लयबद्ध अवस्था दाखवतात. या लहरी 'बायोफिडबॅक' उपकरणाचा वापर करून मोजता येणे शक्य आहे. खूप डॉक्टर्स आणि उपचार तज्ज्ञ आपण किती तणावमुक्त आहोत, हे मोजण्यासाठी या तंत्राचा वापर करतात. नुकतेच केले गेलेले संशोधनसुद्धा हेच सांगते की, विश्रांतीमुळे जैवरासायनिक बदल उत्पन्न होतात, 'न्युरोट्रान्समीटर्स' म्हणून ओळखले जाणारे मानसिकता बदलणारे रसायन वाढते. विशेषकरून शरीरात 'सिरॉटॉनिन' द्रव्य असते, जे मुख्यत्वे शांततेच्या आणि आनंदाच्या भावनांशी जोडलेले असते, त्यातही वाढ होते.

तणावमुक्तीचे व्यायाम निवडणे

या भागामध्ये देण्यात आलेले व्यायाम शिकण्यासाठी आणि करण्यासाठी अतिशय साधे-सोपे आहेत. ते अशा पद्धतीने आखले आहेत की, ते अगदी वरपासून खालपर्यंत पूर्णपणे करू शकता किंवा एक एक स्वतंत्रपणेदेखील करू शकता. तुम्हाला किती वेळ आहे आणि तुमची वैयक्तिक गरज किती आहे, यावर सर्व अवलंबून

आहे. यातील काही व्यायाम शरीराच्या विशिष्ट भागांतील ताण घालवण्यास मदत करणारे आहेत. काही सर्वसाधारणपणे ताणमुक्त करणारे आहेत की, ज्यामुळे ध्यानापासून मिळणाऱ्या शांततेसारखे समाधान मिळते.

सकाळी उठल्याबरोबर शरीरात असलेला ताठरपणा घालविण्यासाठी तणावमुक्त व्यायाम ही एक आदर्श पद्धत आहे. किंबहुना सकाळी उठण्यासाठीची ती सर्वांत चांगली कृती आहे. हे व्यायाम तुम्ही सकाळी थोडे उशीरा करू शकता किंवा

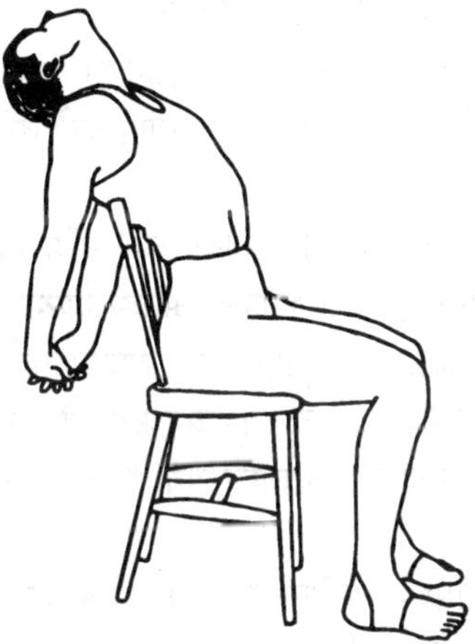

कामाच्या ठिकाणी ताण घालवण्यासाठी दुपारच्या सुटीतही करू शकता आणि संध्याकाळी हेच व्यायाम थकवा घालवण्यासाठीही तुम्हाला मदत करू शकतात. हे व्यायाम करण्याचा दुसरा फायदा म्हणजे रात्रीच्या वेळेस तुम्हाला चांगली झोप येते. विशेषत: मान, पाठ आणि खांदे यामध्ये आलेला ताण घालवण्यासाठी याचा उपयोग होतो व चांगली झोपही येते. तुम्ही जर ते व्यायाम नियमितपणे केले तर ते तुमच्यासाठी अविभाज्य भाग बनतो आणि तुमच्या शारीरिक व मानसिक स्वास्थ्यासाठी ते आवश्यक आहेत.

हे सर्व व्यायाम करण्यापूर्वी तुम्ही किती व्यग्र आहात, तसेच तुमच्या शरीराच्या विशिष्ट भागालाच विश्रामाची गरज आहे याचा विचार करून, त्यातील एक किंवा दोन व्यायाम केले तरी तणावमुक्त होण्यास त्याचा तुम्हाला उपयोग होतो.

उदाहरणार्थ, जर तुमच्या डोक्यामध्ये आणि मानेमध्ये ताण जाणवत असेल, तर तुम्ही त्या भागाला आराम देण्यासाठी असणारे व्यायाम निवडू शकता. जर तुम्हाला सर्वसाधारणपणे सगळीकडे ताण जाणवत असेल, परंतु तुमच्याकडे हे सर्व व्यायाम करण्यासाठी वेळ नसेल तर त्यातील एक किंवा अधिक व्यायाम करू शकता.

या सगळ्यांमध्ये अधिक परिणामकारक व्यायाम म्हणजे जमिनीवर झोपा किंवा खुर्चीवर बसा आणि हळूहळू ताण द्या व

तो तसाच ठेवा. ताण देत राहा व नंतर शरीराचा एक न् एक भाग सैल करत राहा. हा व्यायाम खूप विश्रांती देणारा आहे आणि हा ताण तुम्हाला तणावयुक्त आणि तणावमुक्तीमधील फरक काय आहे, हे ओळखण्यास मदत करतो. हा व्यायाम करण्यास भरपूर वेळ द्या आणि तुमच्या अवयवांमध्ये सामर्थ्य आणि उबदारपणा येण्यासाठी मन एकाग्र करा. हे करत असताना तुमचा श्वासोच्छ्वास सहजतेने करा. तुम्ही एखादा व्यायाम करा किंवा ओळीने सगळे व्यायाम करा; परंतु हे लक्षात ठेवा की, हे व्यायाम तुम्ही नियमितपणे आणि रोज ठरावीक पद्धतीने एकाच वेळेला केलेत, तरच त्याचा होणारा फायदा हा दीर्घकालीन असतो.

डोक्याचे आणि मानेचे व्यायाम

जर तुम्हाला टेबलावर खूप काम करावे लागत असेल किंवा तुम्ही खूप वेळ उभे राहण्यात आणि बोलण्यात वेळ घालवत असाल, तर तुमच्या मानेमध्ये ताण जमा होतो आणि त्यामुळे लहान स्नायू आणि मेंदूच्या, कपाळाच्या रक्तवाहिन्या आकुंचतात. डोकेदुखी आणि अर्धशिशी ही ते झाल्याची सूचना आहे. घसा आवळला जाणे, डोळ्याला ताण येणे, मानेला बधिरपणा येणे किंवा उसण भरणे हीसुद्धा अशा प्रकारचा ताण येण्याची लक्षणे आहेत.

डोके वर-खाली करणे

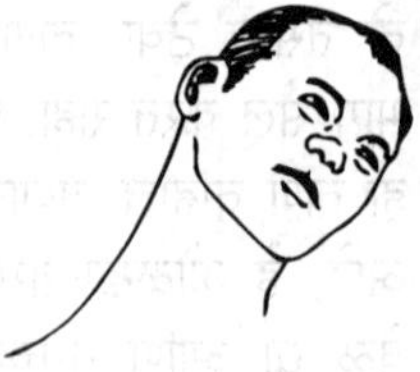

तुमचे डोके हळूहळू घड्याळाच्या काट्याच्या दिशेने फिरवा आणि नंतर विरुद्ध दिशेने फिरवा. प्रत्येक बाजूला तीन वेळा करा आणि जडपणा येईल असे खाली वाकवा.

डोके आणि मान

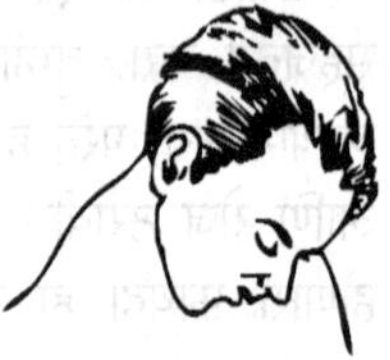

डोके वळवण्याच्या व्यायामाने आणि मानेला ताण दिल्याने खोलवर रुजलेला ताण सहज जातो. हे अधिक परिणामकारक करण्यासाठी हळूहळू शक्य असेल तेवढा ताण वाढवण्याचा सराव करा.

तुम्ही तणावात असताना डोके जर खूप सतत हलवत राहिलात तर मानेमध्ये ताठरपणा वाढू शकतो आणि लचक आणि उसण भरू शकते. प्रत्येक वेळी डोके खाली करताना त्याचा जडपणा जाणवतो का ते बघा आणि तुमचा जबडा उघडा ठेवा आणि तुमचे डोळे मिटून घ्या. तणावमुक्तीचा मिळणारा परिणाम अधिक असेल.

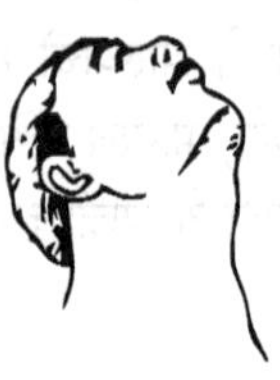

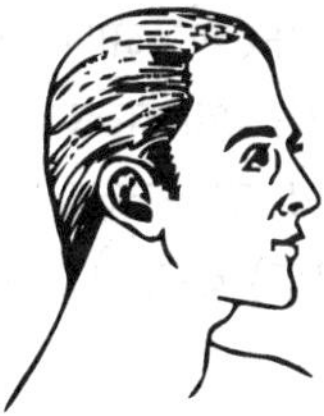

डोके वळवणे

तुमचे डोके सरळ ठेवा, दहा वेळेस हळूहळू एका एका बाजूला वळवा, नंतर दहा वेळेस अधिक जलदपणे वळवा.

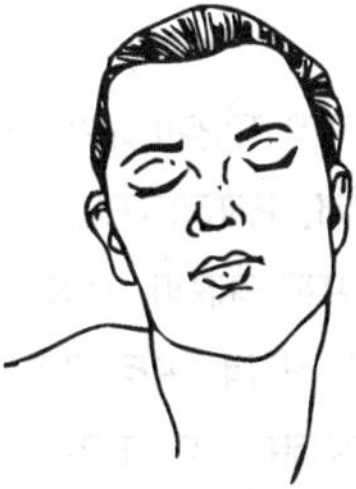

मान ताणणे

हळूहळू तुमचे डोके पुढच्या बाजूला खाली करा. प्रत्येक बाजूला आणि पाठीमागे, जितके शक्य असेल तितके मानेचे स्नायू ताणत राहा. असे दहा वेळेस करा.

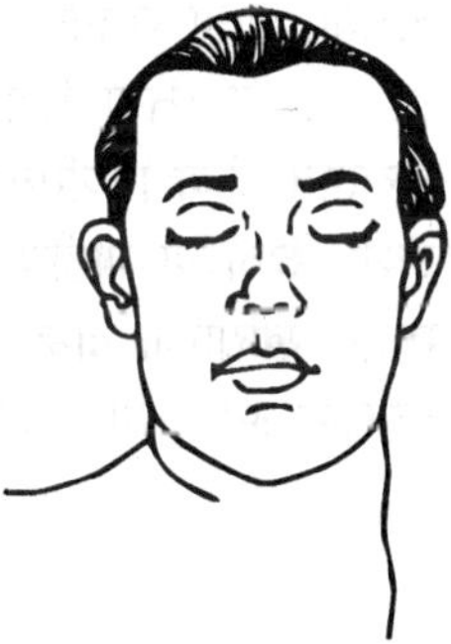

मान आणि खांदे

हा व्यायाम जर तुम्ही बरोबर केलात तर, तुम्ही जेव्हा प्रत्येक वेळी तुमचे खांदे वर उचलाल तेव्हा तुम्हाला मस्तकाबरोबर पाठीलाही ताण जाणवेल.

खांदे वर उचलण्याच्या बरोबर खांदे फिरवणे आणि खांदे फिरवून मागे पुढे करणे असे आलटून पालटून दहा वेळेस करा. तुमचे हात दंडाखाली सैल सोडा. दोन्ही खांदे वर उचला आणि प्रत्येक आळीपाळीने (जडपणा जाणवायला हवा) करा. ते एकदम उंच उचला आणि वजन देऊन खाली सोडा.

मान, पाठ आणि खांद्याचे व्यायाम

खांद्यामधील ताण आणि पाठदुखी हे खूप मोठ्या प्रमाणावर आढळतात आणि त्याला खूप कारणेही आहेत. टेबलावरील काम आणि बसण्याची चुकीची पद्धत ही त्याची प्रमुख कारणे आहेत.

जड वजन उचलल्यामुळेसुद्धा पाठीत लचक भरू शकते. विशेषत: तुम्ही सरळ उभे राहून जमिनीवरील जड वस्तू उचलण्यासाठी वाकता, तेव्हा पाठीत ताण येतो.

ज्या स्त्रिया दिवसातला बराच वेळ उंच टाचेच्या चपला घालतात किंवा नियमितपणे खांद्याला जड पिशवी घेऊन जातात, अशा स्त्रियांच्या पाठीचे व स्नायूबंध बिघडण्याचा धोका असतो. म्हणून खांद्याच्या दोन्ही बाजूला अडकवलेले पट्टे आणि पाठीवर बसणारी अशी बॅग वापरावी.

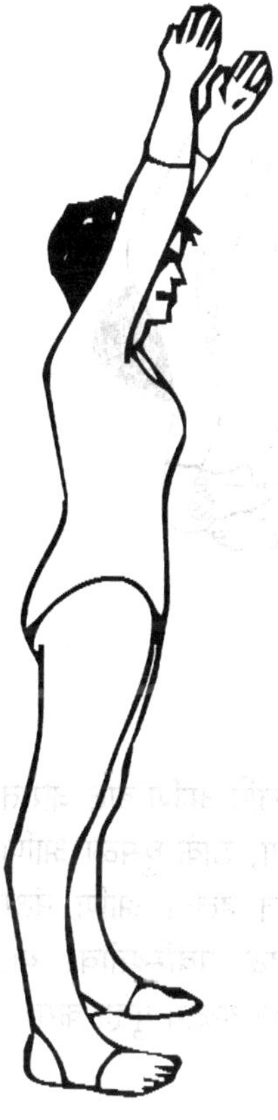

मान आणि खांदे

शरीराच्या वरील भागाचे व्यायाम करण्यासाठी ठरावीक अशी वेळ किंवा गती हवीच असे नाही. तुम्हाला हवे तितके सावकाश ते करू शकता आणि तुम्हाला ताणमुक्त होण्याची जितकी गरज असेल, तितका वेळ ताण देण्याच्या अवस्थेत राहा. वरील बाजूचा ताण तुम्हाला हव्या तितक्या सावकाश पद्धतीने द्या आणि तुम्हाला विश्रांतीची जितकी गरज असेल तितक्या वेळ त्या अवस्थेत दृढ राहा. वरच्या बाजूला जाणवणारा ताण आणि कटीभागापासून पुढे पूर्णतः झोकून दिलेल्या पूर्णपणे शिथिल झालेल्या वरील अंगाचे जडत्व यातील फरक अनुभवण्याचा प्रयत्न करा.

१. सरळ उभे राहा. तुमच्या दोन पायांमध्ये बारा (१२) इंचाचे अंतर ठेवून समांतर ठेवा. तुमचे खांदे (हात) तुमच्या डोक्यावरती ताणा.

२. कमरेपासून पुढे खाली वाका. गुडघे शिथिल ठेवा किंवा किंचितसे वाकवा. चाळीस सेकंदापर्यंत हात, डोके आणि खांदे शिथिल अवस्थेत ठेवा.

३. खांदे आणि हात जोरात हलवा, डोके घुसळा आणि जोरात हलवा आणि नंतर हळूहळू पूर्वस्थितीवर या. थोड्या वेळाने पुन्हा करा.

१. घट्ट आणि कडक सीट असलेली खुर्ची निवडा. पाठ ताठ ठेवा आणि तुम्ही तुमचे पाय जमिनीवर नीट रोवून ठेवले आहेत की नाही, याची खात्री करून घ्या. तुम्हाला जितक्या वेळा शक्य आहे तितक्या वेळेस खाली-वर करण्याचा हा व्यायाम करा किंवा जितक्या लयीमध्ये करता येईल तितका २ ते ५ वेळा सराव करा.

२. तुमच्या खालच्या पाठीला खुर्चीचा आधार घेऊन ताठ बसा आणि तुमचे खांदे व धड वरच्या बाजूला ताणा. तुमचे पाय २० इंच समांतर अंतराने ठेवा.

३. खुर्चीवर तुमचा पृष्ठभाग घट्टपणे ठेवून तुमचे शरीर पूर्णपणे पुढे खाली वाकवा. जडपणा जाणवेपर्यंत तुमचे डोके आणि खांदे लोंबकळत ठेवा.

पाठीचा ताण

या व्यायामासाठी तुम्हाला सरळ, भक्कम पाठ असलेली आणि खांद्याला समांतर असणाऱ्या खुर्चीची गरज आहे. सुरुवातीलाच तुम्ही मागच्या बाजूला खूप ताणू शकणारा नाही; परंतु त्याची चिंता करू नका. तुमच्या खांद्यामधील आणि वरच्या दंडातील ताण आणि कडकपणा कमी झाल्यावर तुम्ही अधिक ताण देऊ शकाल आणि अधिक लवचीक बनाल. या हालचाली सावकाश करा, पण याला कोणत्याही ठरावीक लयीची गरज नाही.

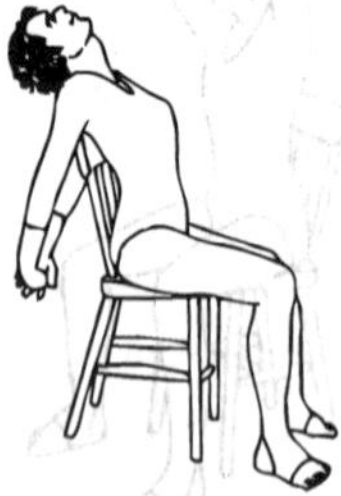

१. हळूहळू हात खुर्चीच्या मागच्या बाजूला न्या आणि घट्टपणे एकत्र जोडा. तुमचे खांदे एकत्रितपणे दाबा.

२. हळूहळू मागे जा, तुमचा पाठीचा वरचा भाग खुर्चीच्या मागे वाकवा. तुमचे हात तुमच्या पाठीच्या मागे एकाच बाजूला ठेवण्याचा प्रयत्न करा.

पाठीच्या मणक्याचे आणि पाठीच्या खालील भागांचे व्यायाम

पाठ दुखण्याच्या आजारांमध्ये पाठीच्या खालच्या भागाचे दुखणे हे अगदी सर्वत्र आढळते.

चुकीची बसण्याची पद्धत, सदोष फर्निचर, खूप कडक किंवा मऊ गादी, गरोदरपणा, मासिक पाळी, वाढलेले वजन आणि व्यायामाचा अभाव ही याची कारणे असू शकतात.

पाठीच्या कण्यांमधील ताण आणि वेदना देणारा कडकपणा दूर करण्यासाठी हळुवार ताण देण्याचे आणि पाठीचा कणा वळवण्याचे व्यायाम रोज करण्याचा सराव करा.

दुसऱ्या कोणत्याही स्थितीमध्ये तुमची पाठ कधीही दाबू नका किंवा ताणू नका; परंतु तुम्हाला स्वतःला ज्या स्थितीमध्ये सुखकारक वाटेल आणि जी अवस्था ताणाचा आनंद देणारी असेल, त्या अवस्थेत हळूहळू सराव करा आणि राहा. तुम्हाला जर जास्त ताण जाणवत असेल तर थांबा.

हे व्यायाम प्रकार उत्तम उत्साह देणारेसुद्धा आहेत आणि अधिक थकवा देणाऱ्या व्यायामाच्या प्रकारांनंतर आणि प्रकारांआधी शांत करणारे आहेत.

गर्भावस्थेसारख्या स्थितीत ताण देणे

जर आपल्याला पाठीत ताण किंवा वेदना जाणवत असतील, तर आपल्यापैकी बहुतेक जण नैसर्गिक अवस्थेचा आधार घेतात, म्हणजे शरीराचे मुटकुळे करण्याची स्थिती अवलंबतात; परंतु छातीपर्यंत गुडघे ताणून वर घेतल्याने पूर्णपणे ताण मिळतो आणि खूप लवकर ताण निघून जातो. हा व्यायाम झोपण्यापूर्वी जमिनीवर किंवा गादीवर झोपून करा. सकाळी उठल्यावर तुमची पाठ अवघडली असेल, तर तेव्हासुद्धा तुम्ही करू शकता.

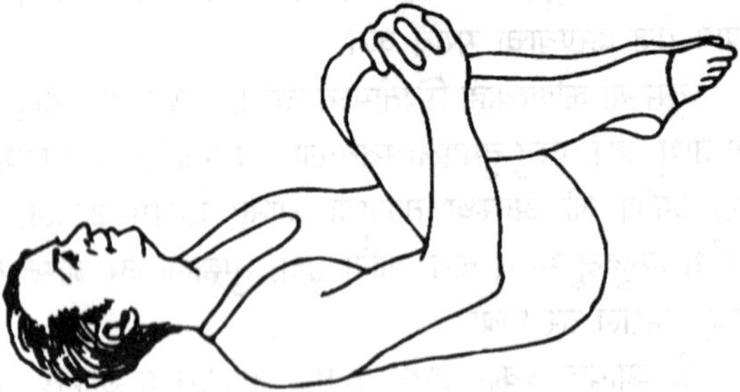

जमिनीवर झोपा आणि तुमचे गुडघे छातीच्या दिशेने न्या. तुमच्या हातांनी त्या अवस्थेत धरून ठेवा आणि त्या स्थितीमध्ये तुम्हाला जितका वेळ सुखकारक वाटेल तितका वेळ थांबा.

पाठीचा ताण

हे व्यायाम करण्यासाठी लागणारा पुरेसा लवचीकपणा आणि ताण घेण्यासाठी स्नायू जोपर्यंत तयार होत नाहीत, तोपर्यंत लागणारी चिकाटी यासाठी वेळ लागतो.

तुमच्या मांड्या, आतील मांड्या आणि वरच्या पाठीतील स्नायू तणावमुक्त करण्यावर पूर्ण वेळ लक्ष केंद्रित करा.

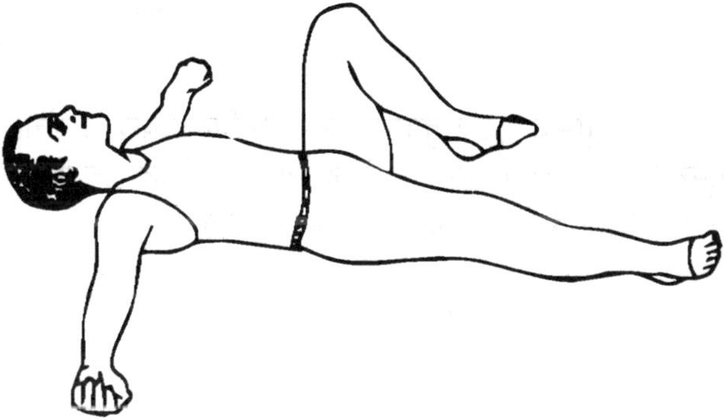

१. दोन्ही हात बाजूला पसरून ताण देऊन सरळ झोपा. तुमचा डावा गुडघा तुमच्या छातीपर्यंत वर उचलून न्या.

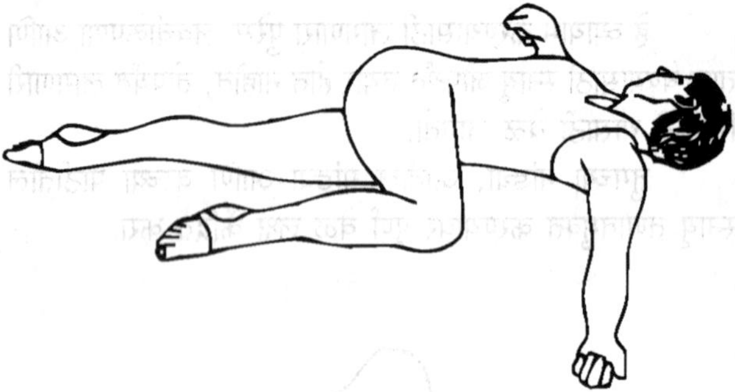

२. तुमचा गुडघा तुमच्या शरीराच्या विरुद्ध बाजूला खेचा. तुमचे डोके वळवा. तुमची पाठ सरळ ठेवा. २० सेकंद हीच स्थिती ठेवा आणि विश्रांती घ्या. दुसऱ्या बाजूला असेच करा.

शरीरात उत्तेजना (उत्साह) निर्माण करणे

हळुवारपणे पाठीच्या मणक्याला ताण देणारे हे साधे तंत्र खालच्या आणि मधल्या पाठीमधील ताण सहज दूर करते. हे मांड्यांच्या सांध्यातील लवचीकपणासुद्धा वाढवते आणि त्याचबरोबर मांड्यांच्या स्नायूंमधील ताण वाढवण्यास प्रोत्साहन देते. त्यामुळे मांड्यांमधील आणि मांड्यांच्या सांध्यांमधील घट्टपणा खालच्या पाठीमध्ये आपोआप ताण निर्माण करते. तुमच्या सोयीनुसार हा व्यायाम तुम्ही करा आणि पुढील ताण देण्याची घाई करू नका. घोटे घट्ट पकडा आणि स्नायूंना अधिक कोणताही ताण न देता सावकाश आणि हळुवारपणे तुमच्याकडे ओढा.

१. सरळ बसा, तुमचे घोटे दोन्ही हातांत धरा आणि तुमचे गुडघे वाकवा.

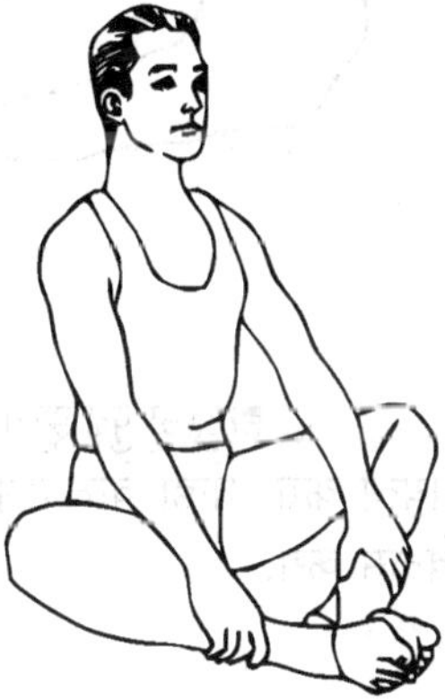

२. हळूहळू पुढे झुका. तुमच्या पायांवर तुमचे डोके टेकवण्याचा प्रयत्न करा. थोडा वेळ तसेच ठेवा, नंतर सरळ बघा. असे पाच वेळेस करा.

नमाज पडण्याची अवस्था

(Facing Mecca)

पाठीला ताण देण्याच्या या योगप्रकाराचा सराव करताना मांजर डोळ्यांसमोर आणा. हा व्यायाम संपूर्णपणे पाठीच्या मणक्यातील ताण घालवणारा आहे. तुम्हाला शक्य असेल तितके, जेव्हा तुम्ही तुमचे हात पुढील बाजूला खेचत असता तेव्हा तुमचे डोके तणावरहित अवस्थेत असले पाहिजे. तुमचा पार्श्वभाग आणि खालचा मणका उचलला जाता कामा नये आणि तुमची पाठ जमिनीच्या दिशेने दाबली जाईल याकडे लक्ष केंद्रित करा.

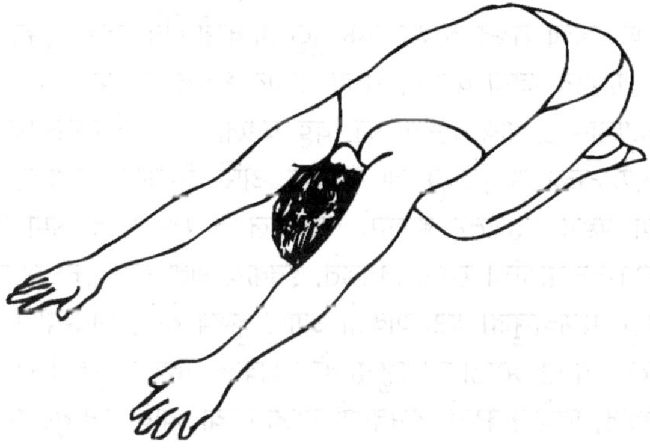

गुडघे टेकून सरळ पुढच्या बाजूला तुमचे हात ठेवा. तुमच्या

टाचांवर तुमचा पार्श्वभाग ठेवा. नंतर तुमचे शरीर वर दाखवल्याप्रमाणे पुढील दिशेला खेचत राहा. या स्थितीत तुम्हाला हवे तितका वेळ थांबा.

पाय आणि तळपाय यांचे व्यायाम

पाय, पायांचे स्नायू आणि गुडघ्यांचे सांधे हे तोल सावरण्यासाठी, सहजतेने चांगली हालचाल करण्यासाठी आणि सुदृढ बांध्यासाठी निरोगी असणे आवश्यक आहेत. तुम्ही खूप चालला नाहीत किंवा नियमितपणे व्यायाम केला नाही, तर हे ताठरून जाऊ शकतात आणि त्यांची शक्ती व शारीरिक सुदृढता कमी होते. जेव्हा तुम्ही खूप वेळ एकाच जागी बसता, तेव्हा पायात थकवा-जडपणा येतो. तो टाळण्यासाठी पाय हलवत जा. घट्ट चपला आणि उंच टाचांचे बूट घालणे टाळा. यामुळे तुमच्या स्नायूंवर, अस्थिबंधनावर आणि हाडांवर ताण पडून सहजतेने होणारी हालचाल व रक्तप्रवाह कमी होतो आणि तळपायांची रचना बिघडते. इतकेच नाही तर याचा परिणाम म्हणून थकवासुद्धा येऊ शकतो आणि कुरुप येणे, निबरपणा येणे किंवा पायाचा अंगठा लालसुद्धा होऊ शकतो. म्हणून तुम्ही जिथे कुठे असाल, तिथे शक्यतो अनवाणी चाला किंवा व्यायामाचे बूट घाला.

पाय ताणविरहित करणे

पायामध्ये सतत पादत्राणे (चपला, बूट) घातल्याने जमिनीच्या होणाऱ्या स्पर्शाच्या अनुभवाला आपण मुकतो. तळपायांच्या स्नायूंमध्ये ताण येतो, विकार निर्माण होतो, कडकपणा येतो आणि पाय दुखायला लागतात. त्यामुळे आपला तोल आणि सहजतेने होणाऱ्या हालचालींवर परिणाम होतो. पादत्राणे आणि पायमोजे न घालता पायाचे आणि तळपायाचे व्यायाम केल्यास थेट गालिचावर किंवा लाकडावर चालण्याचा आनंद घेता येतो. पायाच्या चवड्यांमध्ये शक्य असेल तितके अंतर ठेवण्यावर लक्ष केंद्रित करा. सहजतेने हालचाल वाढविण्यासाठी आणि कडकपणा घालवण्यासाठी वेळोवेळी ते पंख्याच्या आकारासारखे गोल गोल फिरवत राहा. तुमच्या पायाला आणि तळपायाला व्यायाम देण्यासाठी हा व्यायाम सावकाश आणि लयबद्ध करा.

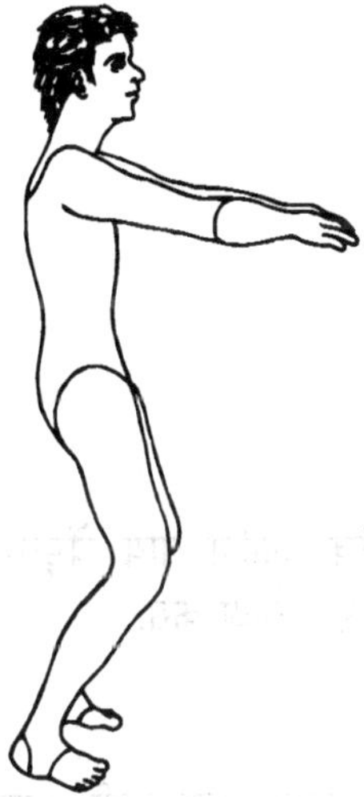

१. तुमचे गुडघे किंचितसे वाकवून उभे राहा आणि तुमच्या पायामध्ये १२ इंच अंतर ठेवून समांतर ठेवा. तुमचे हात समोर ठेवा.

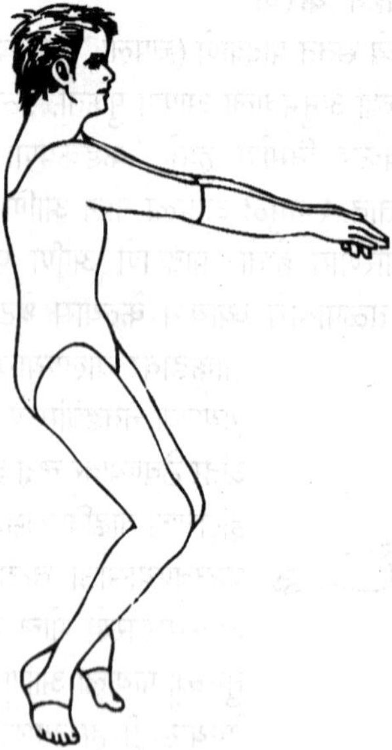

२. तुमचे गुडघे वाकवलेले ठेवा आणि पाय चेंडूवर ठेवल्यासारखे ठेवा. नंतर मागे लोटा. हे २० वेळा करा.

पायाचा घोटा वळवणे

विशेषत: तुम्ही जर नियमितपणे व्यायाम केला नाही, खूप

वेळ बसण्यात किंवा उभे राहण्यात वेळ खर्च केला किंवा ठरावीकच बूट घातले; तर तुमच्या घोट्याच्या सांध्यात, पोटरीमध्ये आणि तळपायांच्या स्नायूंमध्ये ताण जमा होतो. विशेषतः स्त्रियांमध्ये द्रवधारणशक्ती असल्याने पायामध्ये कडकपणा आणि शारीरिक अस्वस्थता विकोपाला जाऊ शकते. खूप लांब पल्ल्याचा विमान प्रवास, चुकीचा आहार आणि दूषित रक्तप्रवाह या कारणांमुळेही असे होऊ शकते. जेव्हा तुम्हाला केव्हाही आणि कुठेही शक्य असेल तेव्हा पादत्राणे काढा, तुमचे चवडे खाली वर करा, नंतर तुमचे घोटे गोल फिरवा.

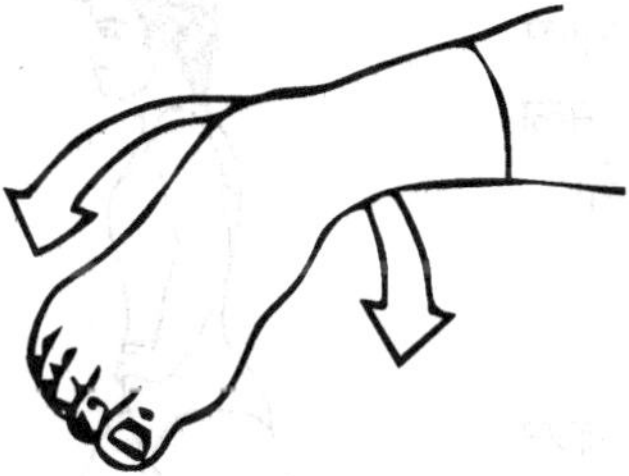

१. तुमचा पाय तुमच्यासमोर वर उचला, तुमचा गुडघा सरळ ठेवा. तुमचा तळपाय वळवा, नंतर तो आठ वेळेस एकदा घड्याळाच्या काट्याच्या दिशेने आणि एकदा विरुद्ध दिशेने फिरवा.

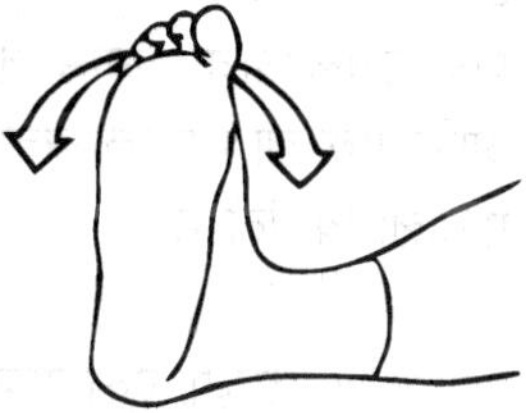

२. तुमच्या पायाचे चवडे अशाच पद्धतीने फिरवा.

गुडघ्यांना विश्रांती देणे

खूप वेळ काहीही हालचाल न करणे, थकवा, किंबहुना राग आणि चिडकेपणा, चिडचिड यामुळे गुडघ्याच्या बाजूला असलेल्या स्नायूंमध्ये आणि अस्थिबंधनामध्ये ताण निर्माण होतो. पायाने लाथ मारण्याच्या व्यायामाचा उपयोग गुडघे सैल करण्यासाठी नक्कीच होऊ शकेल. पायात काहीही न घालता किंवा व्यायामाचे बूट घालून हा व्यायाम करा. यामुळे तुमच्या गुडघ्यांमध्ये साठलेला ताण झटकून टाकण्यास मदत होते. खूप उंचावर पाय उचलण्याचा प्रयत्न करू नका आणि एक लाथ मारल्यानंतर लगेचच पायाला विश्रांती द्या.

१. तुमच्या एका पायावर वजन देऊन झेप घेण्याच्या स्थितीत उभे राहा. गुडघ्यात वाका आणि दुसरा तुमच्या मागच्या बाजूला ताणून ठेवा. तळपाय जमिनीवर सरळ ठेवा.

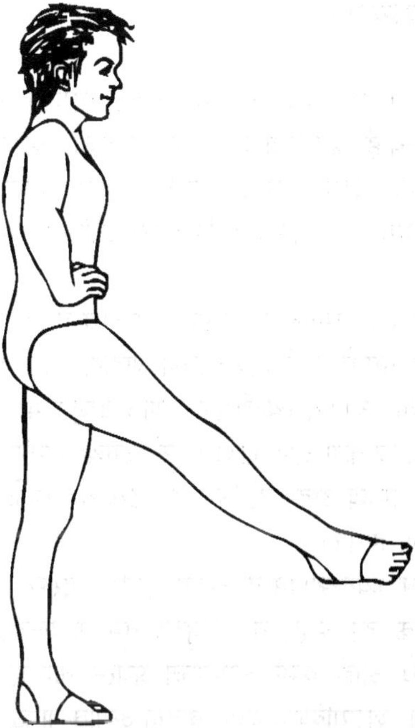

२. मागे ताणलेला पाय पुढील बाजूला उडवा, तुमचा तळपाय ताणमुक्त ठेवा आणि गुडघ्यापासून हळूच उडवा. दोन्ही पायांसाठी हे दहा वेळेस करा.

शरीर व्यवस्थापन

तुमची शारीरिक अवस्था जेव्हा चांगली असते, तेव्हा तुम्ही कोणत्याही प्रकारचा ताण घेऊ शकता. अशा वेळी तुमचे शरीर एक छान असे उच्च दर्जाचा आविष्कार व्यक्त करणारे वाद्य बनते. ज्यायोगे तुम्ही तुमचे व्यक्तिमत्त्व आणि भावना इतरांसमोर प्रकट करता.

अस्वस्थ असाल तर तुम्हाला ताणांचे परिणाम सहन करणे किंवा त्याला सामोरे जाणे खूप कठीण जाईल. आणि परंतु तुम्ही जो ताण अनुभवत आहात त्याचीसुद्धा त्यात अजून भर पडेल. कारण तुमच्या शरीरातच ताण आहे आणि यामुळे तुमच्या शारीरिक समन्वयामध्ये आणि चपलतेमध्ये अडथळा निर्माण होईल व यामुळे दुखणे आणि वेदना निर्माण होतील.

शरीर व्यवस्थापनाचे आणि शरीर तंदुरुस्त राखण्याचे जे परिणामकारक तंत्र आहे, ते वर्षानुवर्षे तुमच्या शरीरात साठलेल्या ताणतणावाचे ओझे कमी करण्याचा प्रयत्न करतात. बसण्याच्या सदोष पद्धती, शरीराविषयी जागरूकतेचा अभाव यामुळे हे ताणतणाव निर्माण झालेले असतात.

शरीर व्यवस्थापन तंत्राचे इतरही काही फायदे आहेत. त्यामुळे गतकाळातील आजारामुळे किंवा भावनिक धक्का बसल्याने किंवा मोठ्या आघातातून गेल्यामुळे तुमच्या शरीरावर मर्यादा आणणारे जे

परिणाम आहेत, ते दूर होऊ शकतात. शिवाय क्रोध, औदासीन्य जे तुमच्या शरीराच्या विशिष्ट भागात बंदिस्त झालेले असते आणि ज्यामुळे तुमच्या हालचालीच्या स्वातंत्र्यावर मर्यादा आलेल्या असतात आणि बिघाड झालेला असतो, अशा या नकारात्मक भावना शोधायला मदत होते.

तुमची शरीर-स्थिती सुधारण्यासाठीसुद्धा या तंत्रांची मदत होते. शरीरस्थिती ही अशी गोष्ट आहे की, बऱ्याच लोकांना त्याची कल्पना नसते, ते अनभिज्ञ असतात. तथापि बसण्याची जी वाईट पद्धत आहे, त्यामुळे शरीरावर अतिरिक्त ताणतणाव पडतो, असे अगदी निश्चितपणे सांगता येते.

लय बिघडलेला आणि अनियमित स्वरूपाचा श्वासोच्छ्वास, शरीराची यंत्रवत लय, चेहऱ्यावरील दिसणारे तणावपूर्ण हावभाव या साऱ्या गोष्टी ताण दाखवणाऱ्या आहेत.

खाली पडलेले खांदे, कुबड आलेली पाठ, अवघडलेली मान, डोके आणि खपाटीला गेलेले पोट, हे अनपेक्षितपणे व नकळतपणे आपल्या शरीर अवस्थेत येते आणि ती दुसरी प्रकृतीच बनते. पुढेमागे कधीतरी याचा परिणाम शारीरिक दुर्बलतेत आणि ताणामध्ये होतो आणि इजा होण्याचा धोका वाढतो.

किंबहुना तुमची बसण्याची व उठण्याची क्रिया जर चुकीच्या पद्धतीने होत गेली, तर त्याचा पहिला परिणाम पाठीवर होतो.

विविध खेळ खेळणे, व्यायाम करणे यामुळे तुमचे शरीर ताणमुक्त किंवा उत्तम समन्वय साधणारे असेलच, याची खात्री देता येत नाही.

खूप जोरात व्यायाम केल्यास तुमच्या शारीरिक स्थितीमधील उणिवा भरून काढता येतील, पण दुसऱ्या बाजूला ठेवलेल्या समस्या व दुखणे पुढे येते.

तुमचे शरीर हे खरेच परिपूर्ण श्रेष्ठ आहे, असे तुम्हाला सिद्ध करायचे असेल तर तुम्ही स्वत:लाच विचारा की, तुमच्याजवळ ताकद, चपळता, लवचीकपणा, समन्वयता व समतोल हे पाच महत्त्वाचे गुण आहेत का?

हे गुण आपण काही शारीरिक व्यायाम किंवा शारीरिक उपचारपद्धतीच्या साहाय्याने सराव करून आपल्यामध्ये वाढवू शकतो.

मेडाउ (Medau), फेल्डनक्राईस (Feldenkrais), पायलेटस (Pilates), 'टीआय'ची (T'aichi), या काही उपचार पद्धती आहेत.

या उपचार पद्धती, अर्थात वैयक्तिक क्षमतेच्या मर्यादांमध्ये शरीराच्या अवयवांची व्यवस्थित स्थापना करणे, ते ताकदवान बनवणे व योग्य ताण देणे हे उपचार करतात.

तुमच्या शरीराचा एक भाग बाजूला काढून तुम्ही इतर भागांवर थोडाही परिणाम न होता त्या एकाच भागावर कार्य करू शकत नाही.

शारीरिक स्थिती ही कारणे आणि परिणाम यांची साखळी आहे. ती कमकुवत जोड आणि ताणांनी पूर्ण होते. म्हणून तुम्ही शरीराच्या कोणत्याही एखाद्या भागासाठी काम करत असलात, तरीसुद्धा सगळ्या शरीराचा विचार करा आणि सावध असा.

शरीराचे सगळे अवयव न् अवयव एकमेकांशी जोडलेले आणि एकमेकांवर अवलंबून आहेत. म्हणून शरीराच्या एका भागावर ताण आला आणि तो सरकला गेला, तर स्वाभाविकपणे त्याचा परिणाम दुसऱ्या भागावर होईल.

पाठींचे स्नायू

हे व्यायाम खास पाठीच्या स्नायूंना आणि त्याचबरोबर दोन्ही बाजूंना ताण देण्यासाठी तयार केले आहेत.

अधिकाधिक ताण मिळण्यासाठी हे व्यायाम सावकाश व लयीमध्ये करा.

मांड्यांच्या सांध्यापासून, पार्श्वभागापासून आणि वरच्या मांड्यांपासून शरीराचा वरचा भाग इतका ताणा की, त्याची लांबी वाढल्याची संवेदना निर्माण होईल.

पाठीची कमान

पाठीच्या व्यायामाचा सराव करता, तेव्हा जमिनीवर ताणून झोपणे हे ओघाने आलेच! पाठीचा मणका व अवयव लांब करणे-ताणणे यावर लक्ष केंद्रित करा, पण त्याबरोबर पाठीचे स्नायू आखडून घेणे आणि ताण देणे रोखा. त्याचबरोबर खांद्यात कुबड काढणे, मान ताणणे आणि मानेचे स्नायू आखडून घेणे हेही टाळले पाहिजे.

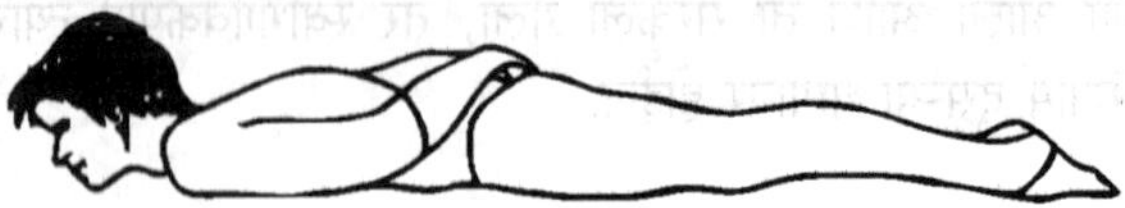

१. वर दाखविल्याप्रमाणे तुमच्या पोटावर झोपा.

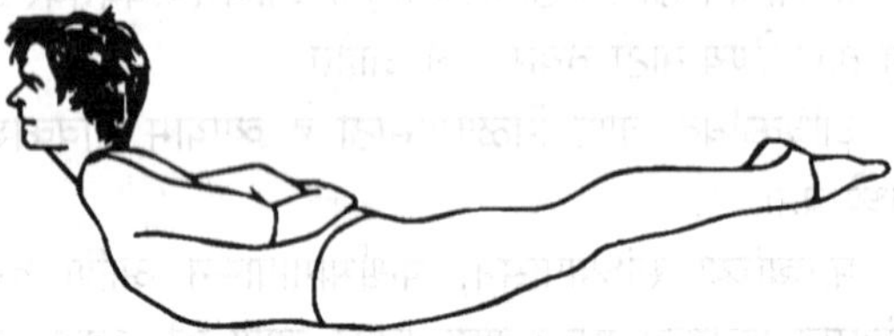

२. तुमचा पार्श्वभाग घट्ट आवळा आणि तुमचे पाय आणि मांड्या वर उचला, तुमचे हात मागे खेचा. पाच मिनिटे तसेच ठेवा आणि विश्रांती घ्या. पाच वेळेस पुन्हा करा.

पाठीचा ताण

तुम्ही जमिनीवर तुमच्या पोटावर झोपून एकाच वेळेस तुमचे पाय व हात पुढे खेचून तुमच्या पाठीच्या स्नायूंना, पायांना, मांड्यांना आणि शरीराच्या दोन्ही बाजूला जो एकसारखा ताण देता; त्यामुळे पूर्णतः तुमची शरीरस्थिती सुधारण्यास, पाठीचा कणखरपणा वाढण्यास मदतच होणार आहे. तुमची मान ताणमुक्त व पूर्णपणे पुढील बाजूला ओढून घ्या आणि तुमचे डोके तुमच्या मानेच्या सरळ रांगेत ठेवा.

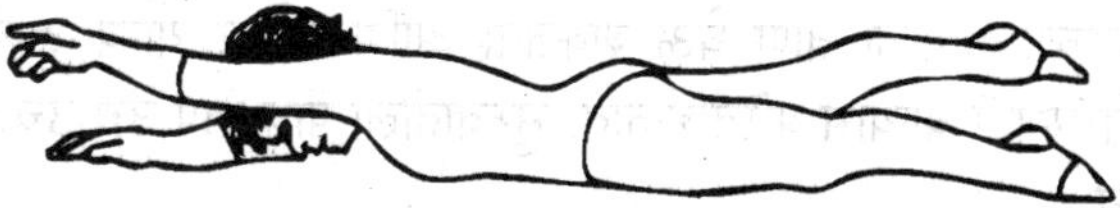

१. पालथे सरळ झोपा आणि तुमच्या पाठीमध्ये कमान नाही याची खात्री करून घ्या. तुमचा डावा हात आणि उजवा पाय उचला. विरुद्ध दिशेला मागे आणि पुढे खेचा.

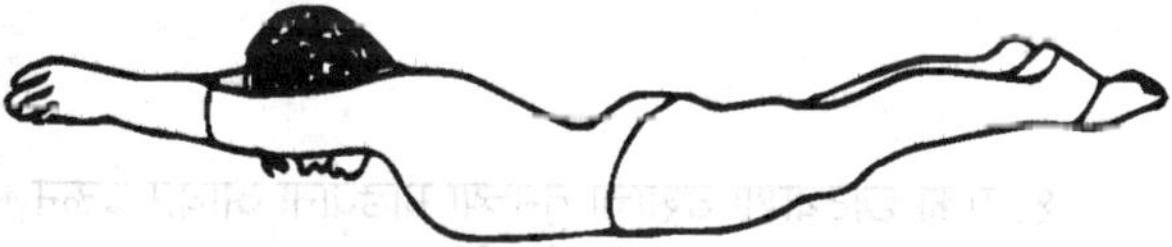

२. दुसऱ्या हाताबरोबर व पायाबरोबर असेच करा आणि नंतर

हा व्यायाम एकाच वेळेस दोन्ही हातांनी व पायांनी करा. विश्रांती घ्या. हा पूर्ण व्यायाम पाच वेळेस करा.

पाय उचलणे

खालच्या मणक्यामध्ये जर दुखापत असेल, दुखत असेल; तर हा व्यायाम करण्याचा प्रयत्न करू नका.

मांड्यांना आधार देण्यासाठी उशीचा वापर केला, तर त्या कंबरेच्या भागाचा ताण घेऊ शकतात आणि बरोबर योग्य अशी शरीरस्थिती घेण्यास प्रेरित होतात. सुरुवातीला पाय खूप उंच उचलू नका.

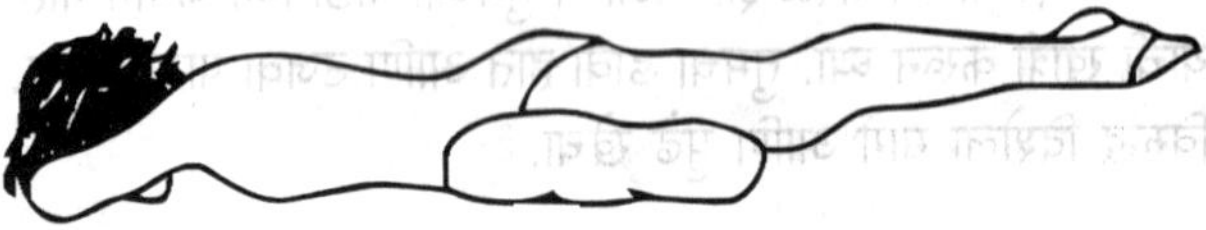

१. एका छोट्याशा उशीचा तुमच्या मांड्यांना आधार देऊन, तुमच्या पोटावर झोपा. हातावर तुमचे डोके टेकवा.

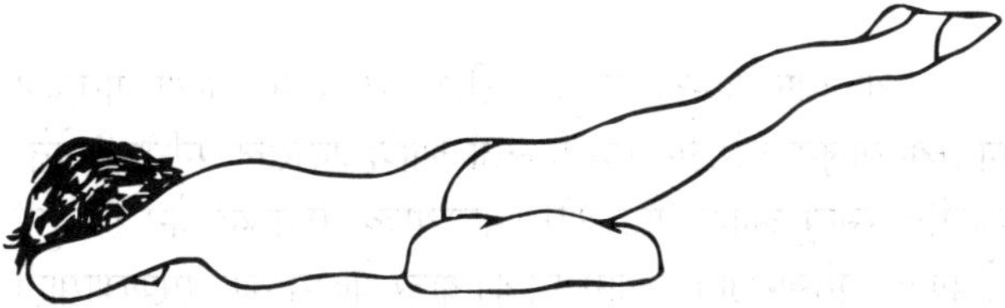

२. तुमच्या मांड्या आणि पार्श्वभागाच्या स्नायूंना दाबून सावकाशपणे दोन्ही पाय जमिनीपासून वर उचला.

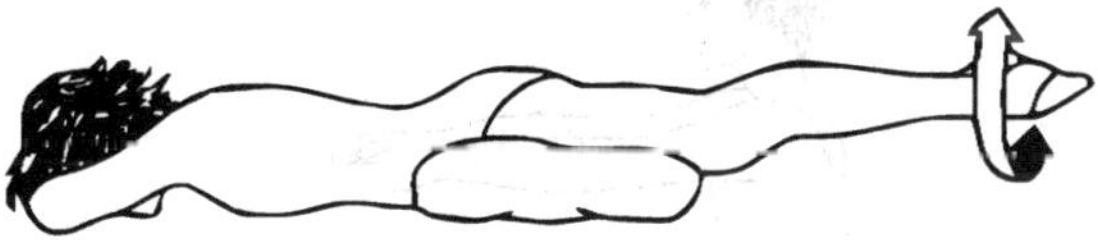

३. काही क्षण तसेच ठेवा, नंतर सावकाशपणे खाली आणा. असे दहा वेळेस करा.

पुढील बाजूला ताण देणे

या व्यायामामुळे संपूर्ण पाठीला, मांड्यांना आणि पायाच्या मागच्या बाजूंना चांगला ताण मिळतो आणि शरीराला सुस्थिती येते. पोटरीचे स्नायू आणि धोंड शीर (गुडघ्याच्या मागच्या दोन स्नायूंना जोडणारा दोरीसारखा दिसणारा स्नायू) यावर येणारा ताण रोखण्यासाठी तुमच्या पायाची बोटे सरळ वर करून सुरुवात करा. नंतर हळूहळू दोन्ही पाय वाकवायचा प्रयत्न करा. जेव्हा बसला असाल तेव्हा पाठीत थोडाही बाक येऊ देऊ नका. तुमच्या पोटाचे स्नायू घट्ट आवळून घेतल्यास मणक्यामध्ये पोकळी निर्माण होणे रोखले जाते.

१. जमिनीवर पाय समोर पुढे ठेवून सरळ बसा. तुमचे हात समोर धरून ठेवा.

२. हळूहळू तुमच्या शरीराचा वरचा भाग पायाकडे ताणा, तुमच्या हातांनी तुमचे पाय घट्ट पकडा.

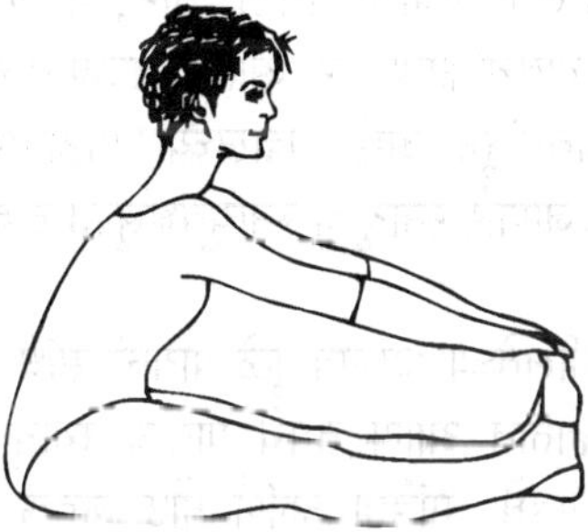

३. तुमच्या वाकवलेल्या पायाबरोबर असेच करा. प्रत्येकी दहा वेळेस करा.

ताण येणे टाळण्यासाठी खाली झोपून पाठीच्या स्नायूंना सुरक्षितपणे व्यायाम देऊ शकता. पाठीचा खालचा भाग कमजोर असेल, तर तुमच्या मांड्यांना आधार देण्यासाठी उशीचा वापर करा. पाठीची कमान करणारा हा व्यायाम खांद्यांची हाडे, वरच्या खांद्यांचा मागील भाग, पार्श्वभाग आणि मांड्यांचा मागचा भाग यामधील स्नायूंनासुद्धा ताण देतो.

पाय, घोटे आणि तळपाय

चांगली शरीरस्थिती आणि धडधाकटपणा यांसाठी समतोल राखणे आणि चपळता यांची खूप आवश्यकता आहे. याची गुणवत्ता किंवा दर्जा पायाचा चवडा, घोटे, गुडघे आणि मांड्यांचे सांधे यांच्या लवचीकपणावर आणि तळपायाच्या कमानीतील मजबुतीवर अवलंबून आहे. खालच्या पाठीपासून पायाबरोबर तळपायापर्यंत जाणारे स्नायू व स्नायूबंधसुद्धा लवचीक असायला पाहिजे.

क्रियाशीलतेच्या अभावामुळे पायाचे सांधे आणि मांड्या हे प्रथम कडक होतात आणि तुमचे पायाचे स्नायू जितके कमजोर तितके तुमचे गुडघे, मांड्या आणि घोटे कडक होतात. धावणे, दोरीवरच्या उड्या मारणे आणि जलद चालणे यामुळे पायाची स्थिती चांगली होण्यास मदत होते, तर पोहोण्यामुळे मांड्या आणि पार्श्वभाग लवचीक बनतात. परंतु विशिष्ट प्रकारचे वाकण्याचे आणि ताण

देणारे व्यायाम पायांसाठी आणि तळपायांसाठी सर्वांत अधिक परिणामकारक ठरतात.

गुडघे वाकवणे

आपले गुडघे, पाय आणि घोटे भक्कम बनविण्यासाठी नृत्यांगना पाय वळवतात किंवा गुडघे वाकवतात. जेवढे शक्य असेल, तेवढे पाय आतील मांड्यांपासून बाहेरील बाजूला वळवा आणि स्नायू पूर्णपणे पुढे खेचण्यासाठी पार्श्वभाग आत ओढा. तुमच्या टाचा जमिनीवरून वर उचलल्या गेल्यामुळे तुम्हाला जास्तीचा ताण मिळतो आणि तुमच्या तळपायाची कमान अधिक शक्तिशाली बनते.

अ१ : एखाद्या बारपुढे किंवा खुर्चीच्या पाठीला दोन्ही हात धरून समोर उभे राहा. दोन्ही टाचा एकत्र जोडून नृत्याच्या पहिल्या स्थितीत उभे राहा आणि तळपाय व पाय बाहेरच्या बाजूला वळवा.

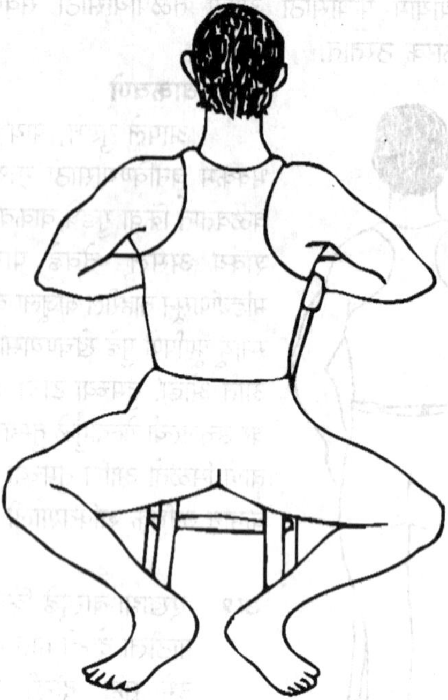

२. तुमचे गुडघे वाकवा, प्रथम अर्ध्यावरच वाकवा. नंतर पूर्णपणे तुमच्या टाचा जमिनीपासून वर उचला.

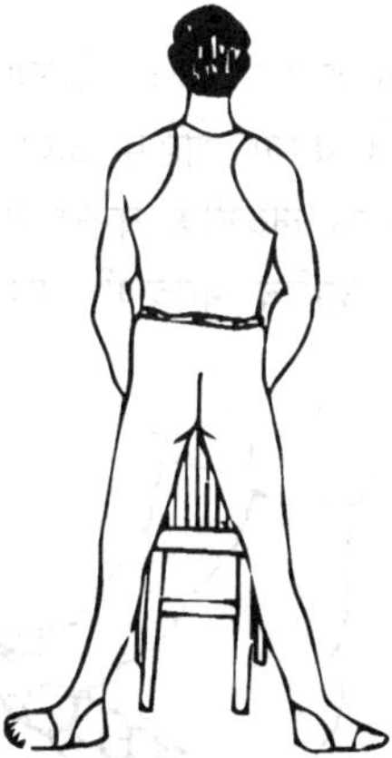

ब१ : आता नृत्याची दुसरी स्थिती घ्या. तुमच्या दोन्ही पायांत दोन फुटांचे अंतर ठेवा.

२. या वेळेस तुमचे दोन्ही पाय जमिनीवर ठेवून तुमचे गुडघे वाकवा. तुमच्या मांड्यांमध्ये, मांडीच्या सांध्यांमध्ये आणि आतील गांड्यांमध्ये ताण जाणवेल.

घोटे आणि तळपाय

या व्यायामामुळे तुमच्या तळपायातील हालचाल व लवचीकपणा सुधारण्यास मदत होईल. सुरुवातीला हे करणे थोडेसे अवघड वाटेल; परंतु जसा तुमचा तळपाय अधिक लवचीक बनेल तसे तुम्हाला ते सोपे जाईल. पायांचे व्यायाम नेहमीच अनवाणी पायाने करा.

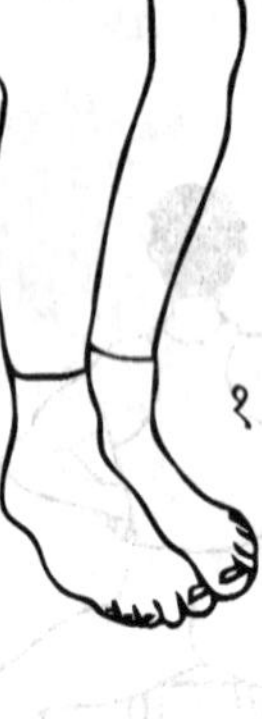

१

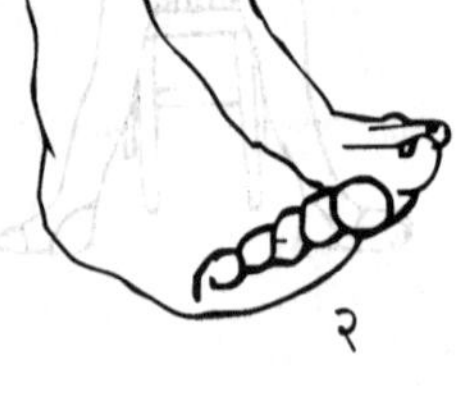

२

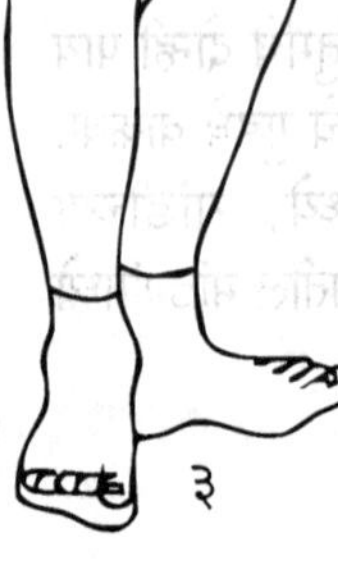

३

४

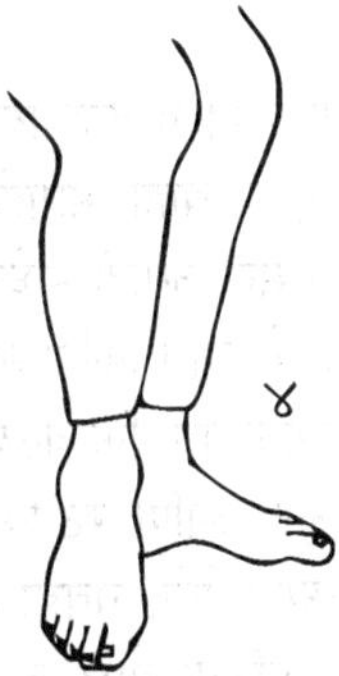

५

१. खुर्चीवर बसा आणि तुमचे तळपाय जोडून ठेवा.

२. टाचा जमिनीवरच राहतील तेवढेच वर उचला.

३. उघडून ठेवलेल्या स्थितीत ठेवण्यासाठी उचला.

६

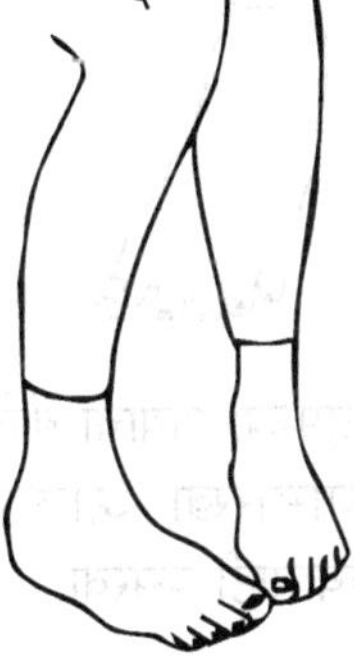

४. तुगचा चवडा खाली ठेवा.

५. तुमचे दोन्ही तळपाय न उचलता जुळवून ठेवा.

६. हाच व्यायाम उलट्या पद्धतीने करा. तुमच्या पायाची बोटे आतील बाजूला वळवून एकमेकाला स्पर्श करतील असे ठेवा आणि तुमच्या पायावर वजन टाका. नंतर तुमचे पाय पुन्हा पहिल्याच अवस्थेत सरकून ठेवा.

तळपायाची घट्ट पकड

तळपायाच्या वक्र भागाला आधार देणारा आणि तळपायाचा चवडा व त्यातील छोटे स्नायू यांना इतर कोणत्याही भागापेक्षा अधिक लवचीकपणाची आणि व्यायामाची गरज नसते. अगदी साधेपणे तळपायाचा चवडा व त्यांची बोटे गोल फिरवणे, ते आत आणि बाहेर अशा पद्धतीने हालचाल करून पंख्याच्या आकारात फिरवल्यास पायातील गोळा येण्यापासून वाचवते. घट्ट बूट आणि स्टॉकिंग्ज् घातल्याने जे परिणाम होतात, त्यावरही मात करता येते. चवडा घट्ट आवळून धरून त्याची कमान करून आणि अधिक गोल आतून पोकळ असल्यासारखे वळवल्याने किंवा बोटांनी एखादी गोष्ट उचलल्यानेसुद्धा लवचीकपणा अधिक वाढतो.

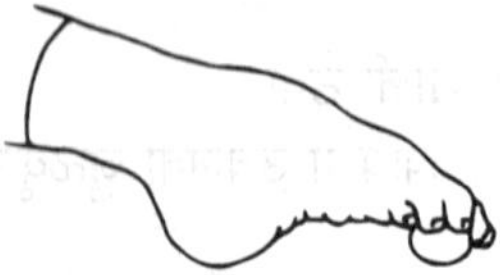

१. तुमच्या चवड्याने (पायाच्या बोटांनी) छोटा मऊ चेंडू किंवा पेन्सिल उचला.

२. तुमच्या पायाची बोटे पंख्यासारखा आकार करण्यासाठी पसरवा.

श्वास घेणे

प्राणवायू हा जीवनाचा प्रमुख घटक आहे. शरीरातील प्रत्येक पेशी इंधनासाठी त्यावर अवलंबून असते.

दिवसातील बऱ्याच वेळा आपण श्वास घेत आहोत, याची आपल्याला जाणीवसुद्धा नसते. एका दिवसात आपण १६,००० ते २३,००० वेळा श्वासोच्छ्वास करतो. प्रत्येक श्वास २५० मिली प्राणवायू वापरतो आणि २०० मिली कार्बनडायऑक्साईड सोडतो. आपल्याला आरामदायी, ताणरहित आणि छान वाटण्यासाठी या दोन घटकांमधील समतोल खूप महत्त्वाचा आहे.

सर्वसाधारण परिस्थितीमध्ये आपण हवेतून किती प्रमाणात प्राणवायू घ्यायला हवा, हे ठरवू शकत नाही. परंतु आपण श्वास घेण्याच्या पद्धतीत बदल करून शरीरातील प्राणवायूची आणि कार्बनडायऑक्साईडची पातळी ठरवू शकतो.

शरीरातील प्राणवायू आणि कार्बनडायऑक्साईडचे प्रमाण मेंदूच्या ज्या भागांकडून काळजीपूर्वक पाहिले जाते, त्या भागाकडूनच आपले श्वसन नियंत्रित केले जाते. आपण श्वास सोडताच लगेचच रक्तामधील कार्बनडायऑक्साईड अधिक आम्ल तयार करायला लागते. जलद किंवा अति दीर्घ श्वसन केल्यामुळे जे हायपरव्हेंन्टीलेशन किंवा अति श्वसन म्हणून माहिती आहे, शरीर अतिप्रमाणात कार्बनडाय ऑक्साईड बाहेर टाकतो. यामुळे रक्त अधिक अल्कधर्मी

बनते, मेंदूला होणाऱ्या कार्बनडायऑक्साईडच्या प्रमाणात कपात होते. त्यामुळे बधिरता, गोंधळल्यासारखे होणे, चक्कर येणे यासारखे दुष्परिणाम होतात. कृत्रिमरीत्या व नैसर्गिक पद्धतीने व लयीत न घेतलेल्या श्वासामुळे प्राणवायू घेणे आणि कार्बनडायऑक्साईड सोडणे ह्यांना नियंत्रित करणारी जी एक छान अशी रचना आहे, ती बिघडते. चुकीची शरीर अवस्था, श्वसनासंबंधीचा आजार किंवा शारीरिक ताण यामुळेसुद्धा उथळ व अनियमित श्वसन होते आणि समतोल बिघडतो.

परंतु तुम्ही ज्या पद्धतीने श्वसन करता ते तुम्ही नियंत्रित करू शकता. तुमच्या फुप्फुसामध्ये एकसारखी हवा भरण्यासाठी तुम्हाला छाती आणि पोटाच्या पोकळीमधील घुमटासारखा असणारा जो स्नायू आहे, त्याच्या पडद्यापासून लयीमध्ये फुप्फुसात हवा ओढली जाते, ज्या ठिकाणी अधिक रक्ताचे अभिसरण होते. तुमच्या श्वासावर नियंत्रण ठेवण्यास तुम्हाला उपयुक्त ठरतील असे अनेक व्यायाम प्रकार आहेत आणि ते सगळे श्वासपटलातील (diaphragmatic) श्वासावर आधारित आहेत. त्यातील काही चैतन्य देणारे, ताण घालवण्यास मदत करणारे आहेत, इतर काही क्षुब्ध झालेल्या मनाला शांती प्राप्त करून देणारे आहेत; परंतु सगळेच ताणमुक्त करण्यास उपयुक्त आहेत.

योगा आणि काही ध्यानाच्या पद्धती यांचासुद्धा श्वसनाच्या तंत्रामध्ये समावेश आहे. खूप पुढचा विचार केला, तर तुम्ही जो

व्यायाम प्रकार करता त्यामध्ये वाढ केली; तर तुमच्या फुप्फुसांची क्षमतासुद्धा वाढते आणि चांगल्या दर्जाचे (गुणवत्तेचे) श्वसनक्रिया कार्य होण्यास मदत होते.

शरीरस्थितीचा प्रभावसुद्धा आपल्या श्वसनपद्धतीवर होतो. तुम्ही जर खाली मान घालून बसलात किंवा तुमची छाती आणि बरगड्या पडलेल्या आणि वाकलेल्या (अंतर्गोल) असतील, तर तुमच्या श्वासपटलाची हालचाल होणार नाही आणि मुख्यत्वे छातीच्या वरच्या भागातील श्वसन नीट होणार नाही व श्वास कोंडला जाईल. छातीच्या भागातून केले जाणारे श्वसन हे हृदयावर ताण निर्माण करणारे ठरते. कारण तितक्याच प्रमाणात प्राणवायू अवयवांना पोहोचविण्यासाठी हृदयाला अधिक रक्त खेचावे लागते. अशा वेळेस रक्ताभिसरण अधिक जलदपणे होत असल्याने रक्तदाब वाढण्याची शक्यता असते. वरच्या छातीमधून घेतलेल्या जलद श्वासोच्छ्वासामुळे स्नायूत ताण येऊन गोळा (वात) येऊ शकतो. वरवरच्या श्वासोच्छवासामुळे फक्त एकचतुर्थांशच रक्ताचा पुरवठा फुप्फुसांना होतो.

जेव्हा तुम्ही ताणमुक्त असता, तेव्हा तुमचा श्वासोच्छ्वास शांत ठेवण्याचा प्रयत्न करा किंवा तुमच्या श्वासावर लक्ष केंद्रित करा. विशेषतः तुम्ही घराच्या बाहेर असताना, चालत असताना किंवा बागेत बसलेले असताना किंवा समुद्रकिनाऱ्यावर पहुडलेले असताना हे करायला पाहिजे. ताजी प्रदूषणविरहित हवा घेतल्याने

(विशेषत: समुद्रकाठची, गावाबाहेरची किंवा उंचीवरील हवा) मन ताजे आणि मोकळे होण्यास मदत होते आणि तुमच्या शरीरातील सर्व पेशींना प्राणवायू असलेल्या शुद्ध रक्ताचा ताजा पुरवठा मिळतो.

योग

योग हे जगण्याविषयीचे तत्त्वज्ञान आहे, ज्याचे मूळ हजारो वर्षांपूर्वीच्या भारतात सापडते. शरीर आणि मन यांच्या तंदुरुस्तीची सर्वव्यापी सखोल प्राचीन पद्धत म्हणून हे शास्त्र आजही जगभर आपले अस्तित्व कायम राखून आहे.

शब्दश: भाषांतर करायचे झाले तर योगाचा अर्थ 'जोडणे' आहे. शारीरिक, मानसिक आणि आध्यात्मिक स्वास्थ्याचा एकत्रितपणे विचार योगशास्त्र करते. हे शास्त्र आध्यात्मिक जाणीव-जागरूकता निर्माण करतेच; तसेच मानसिक शांतता, एकाग्रता, विचारांविषयीची स्पष्टता, शारीरिक ताकद आणि लवचीकपणाही निर्माण करते.

शरीर आणि मनाचा सुसंवाद साधायचा असेल, मानसिक शांतता हवी असेल तर यौगिक तत्त्वज्ञानाच्या अगदी खोल तळाशी जाण्याची गरज नाही किंवा त्यातील तज्ज्ञ असण्याचीही गरज नाही. योगाचा अंगीकार कोणत्याही वयात आणि कोणत्याही पातळीवर करू शकता. योगातील विशिष्ट शारीरिक स्थितीचा (ज्याला 'आसन'

असे संबोधले जाते.) शारीरिक इजा व दुर्बलता यावर मात करण्यासाठी उपयोग होतो. कोणते आसन करावे, याविषयी खात्री नसल्यास योगासनाच्या वर्गाला जा. इतर दमदार व्यायाम करण्याच्या पद्धतीपेक्षा ही आसने करण्याची पद्धत वेगळी आहे. आसनांमध्ये हळूहळू, कोणताही धक्का न देता किंवा ओढूनताणून स्थिती आणायची नसते. त्यामुळे ताणाचा किंवा इजा होण्याचा धोका कमी असतो.

योग हे असे एकमेव शास्त्र आहे की, ज्यामुळे केवळ शरीराच्या सर्व भागांना ताण बसतो. इतकेच नव्हे तर ते शरीरातील अंतर्गत अवयवांना आणि ग्रंथींना मसाज देते आणि योगातील श्वसनाच्या समन्वयामुळे मन आणि शरीर ताणविरहित होते, रक्तप्रवाह वाढतो आणि सर्व पेशींना मिळणाऱ्या प्राणवायूमध्ये वाढ होते. योगामुळे शरीराच्या पाठीला, पोटाला, छातीला आणि फुप्फुसांना अगदी आश्चर्यकारकरीत्या ताण मिळतो आणि ते सर्व सुस्थितीत आणले जातात. हालचाल नसण्याने कडक होणारे शरीर, थकवा येणे, चुकीची शरीर-स्थिती आणि वयोमानामुळे शरीरावर होणारा परिणाम योगामुळे रोखण्यास मदत होते.

जेव्हा योगासनांचा सराव करता, तेव्हा ती आसने काळजीपूर्वक रचलेल्या क्रमवारीनुसार करणे महत्त्वाचे आहे. तुम्ही त्यातील एक किंवा दोन आसने निवडून ती तुम्हाला फायदेशीर ठरतील, अशी आशा करू शकता. याचे कारण एका स्थितीतील ताण नंतरच्या स्थितीमध्ये संतुलित केला जातो. शवासन करणे टाळू नका, ते योगासने केल्यावर

करा. शरीर व मन या दोघांचे ताणमुक्त असणे हे योगामध्ये महत्त्वाचे आहे, ताण घालवण्याचा तो एक चांगला मार्ग आहे.

ध्यान-चिंतन

जाणिवेच्या पातळीवरील मन विचारमुक्त केले तर ध्यान व्यवस्थित होते. तुम्ही तुमचे विचार स्वतःपासून दूर ठेवा. तुमचे काम, कुटुंब, परिसर आणि नातीगोती यांच्या समस्या दूर ठेवा. हे जेव्हा तुम्ही कराल, तेव्हा तुम्ही हळूहळू दैनंदिन पातळीच्या जाणिवेच्या पलीकडे जाण्यास सुरुवात करता. धकाधकीच्या जीवनापासून दूर जाऊ लागता, तेव्हा त्यातून उंच पातळीवरील विचार आणि अनुभव यांना मेंदूचा जो भाग हाताळतो त्याकडे जाण्याचा मार्ग खुला होतो.

जेव्हा हे घडेल तेव्हा तुमचे हात किंवा पाय गरम वाटू लागतील किंवा जड जाणवायला लागतील आणि तुमचे डोके खाली झुकायला लागेल. तुम्ही जितके अधिक ताणमुक्त व्हाल, तितका तुमचा श्वास अधिकाधिक खोलवर व सावकाश होऊ लागेल आणि तुमचे मन आजूबाजूच्या वातावरणापासून व शरीरापासून अधिकाधिक विभक्त होईल.

ध्यान हे पाच हजार वर्षांपासून लोकप्रिय आहे. त्याच्या साधेपणामध्ये आणि लक्षणीय फायद्यामध्ये त्याचे मोठेपण दडले आहे. ते नेणिवेच्या पातळीवर शांत करू शकते, मेंदूमधील घोंघावणारे

आणि तणावयुक्त विचार दूर करते. याचा दुसरा फायदा हा आहे की, तुम्हाला जेथे अनुकूल आणि विनाव्यत्यय जागा मिळेल, तेथे तुम्ही कोणत्याही व्यावसायिक मार्गदर्शनाशिवाय स्वत:च याचा सराव करू शकता.

तुम्ही नियमितपणे दिवसातून एकदा किंवा दोनदा २० मिनिटे ध्यान केले तरी तुमचा प्राणवायू वापरण्याचे आणि कार्बनडायऑक्साइड निर्माण करण्याचे प्रमाण २० टक्क्याने कमी करू शकता. तुमचा रक्तदाब कमी होतो आणि तुमच्या रक्तातील ताण आणि चिंता असताना अतिरिक्त निर्माण होणारी रसायने, 'लॅक्टेट'ची पातळी कमी होते.

शरीरविषयक केलेली पाहणी असे दाखवते की, मेंदूला 'अल्फा' आणि 'थिटा' या मेंदूलहरी सारख्या प्रमाणात संतुलितपणे निर्माण करण्यास ध्यान उत्तेजित करते. शरीर ताणमुक्त आणि मन शांत तरीही सतर्क असल्याचे दाखवते व सुचवते.

नियमित ध्यान केल्यास, झोपेच्या गोळ्या घेण्याची सवय असणाऱ्यांना त्यातून बाहेर पडण्यास मदत होते. रक्तदाब, निद्रानाश, अर्धशिशी, औदासीन्य, चिंता आणि इतर मानसिक आजार कमी होतात. सर्जनशीलता, एकाग्रता, मानसिक जागरूकता आणि स्मरणशक्ती सुधारते आणि शारीरिक ताकद वाढते.

शरीर आणि मन यांच्या जवळच्या संबंधावर ध्यान आधारित आहे. ज्या वेळी तुमची ध्यानधारणा यशस्वी होते, त्या वेळी

ज्या अल्फा मेंदू-लहरी निर्माण होतात, त्या तुमचे शरीर त्यांच्या क्षमतेच्या अत्यंत संतुलित, ताणरहित, सुरेल स्थितीत असल्याचे दाखवतात. शारीरिक ताण आणि मानसिक तणाव यांपासून मुक्ती मिळून तुमचे शरीर ताणमुक्त-विश्रांतीच्या अवस्थेत येते. ताणामुळे येणाऱ्या शारीरिक तणावाच्या हे अगदी विरुद्ध असते.

मानवी मेंदूच्या कार्यपद्धतीबाबत नुकतेच केलेले संशोधन सांगते की, ध्यानामुळे मेंदूचे कार्य विस्तारित होते आणि मेंदूतील दोन स्वतंत्र कप्प्यांतील संतुलन कायम ठेवण्यास प्रोत्साहित करते. डाव्या बाजूचा मेंदू जो, तर्कशास्त्राला धरून प्रतिक्रिया देणारे आणि शास्त्रीय विचार देतो आणि उजव्या बाजूचा मेंदू ज्यावर सर्जनशील आणि कल्पनाशक्तीचे काम करण्याची जबाबदारी असते. अत्यंत निरोगी, सर्जनशील आणि अपेक्षित कार्य करणाऱ्या लोकांमध्ये या दोन्ही कप्प्यांचे योग्य संतुलन असते.

ध्यानाचे खोलवर, अधिक आध्यात्मिक फायदे मिळवण्यावर लक्ष केंद्रित करण्यापेक्षा ताणावर नियंत्रण ठेवून त्याचा सर्जनशीलतेने वापर करण्याचा हेतू धरून तुम्ही ध्यानाचे रोगनिवारण करणारे आणि तणावमुक्तीचे मिळणारे फायदे यावर लक्ष केंद्रित करा. ध्यानाबाबतचा तुमचा दृष्टिकोन किंवा उद्दिष्ट काही का असेना; परंतु तुमचे स्वास्थ्य नक्कीच सुधारेल आणि तुमची सर्जनशीलता वाढण्याचीच अधिक

शक्यता आहे. त्यामुळे तुमच्या संवेदना अधिक जागरूक आणि तरल बनू शकतात.

ध्यानधारणेची तंत्रे

यशस्वी, उत्तम ध्यानधारणा करावयाची असेल; तर तुम्हाला शांतता आणि मन प्रसन्न करणारे वातावरण हवे. असे वातावरण असलेला आल्हाददायक, शांत असा परिसर किंवा जागा त्यासाठी शोधा व ही जागा अशी हवी की, जिथे तुम्ही एकान्तात वीस ते तीस मिनिटे विनाव्यत्यय ही साधना करू शकाल.

प्रखर, भगभगीत प्रकाश असलेली किंवा अति थंड किंवा अति उकाड्याची आणि सतत व्यत्यय आणणारी जागा हे ध्यानधारणेला अडथळे आहेत. ध्यानधारणेला जी मानसिक व शारीरिक शांती व स्वास्थ्याची पातळी आवश्यक असते, ती या अडथळ्यांमुळे उपलब्ध होत नाही.

काही जणांना प्रसन्न, सुगंधी वातावरण, मंद दिवे, तसेच शांत, आल्हाददायक, मुलायम रेशमी स्वरांनीयुक्त अशा पार्श्वसंगीताची पुनरुक्ती ध्यानधारणेच्या साधनेला उपयुक्त वाटते. काहींना या साधनेसाठी मन:स्थिती निर्माण करण्यासाठी नैसर्गिक वातावरणातील पक्ष्यांच्या आवाजाचे संगीत, पर्जन्यधारांचा किंवा समुद्राच्या लाटांचा आवाज सहायक ठरतो असे वाटते. काहीही असो, महत्त्वाचे आहे ते संपूर्ण नीरव, शांत वातावरण आणि शक्यतो कमीत कमी व्यत्यय!

ध्यानधारणेचे दोन टप्पे आहेत— पहिला शारीरिक ताणमुक्ती व ताणरहित अवस्थेचा आणि त्यापाठोपाठ मन पूर्णपणे रिकामे करून त्यावर लक्ष केंद्रित करण्याचा! तुम्ही ध्यानधारणेला सुरुवात कराल, त्या वेळी या प्राथमिक अवस्थेपर्यंत पोहोचायला काही अवधी लागेल.

ध्यानधारणा आणि श्वासोच्छ्वास

श्वासोच्छ्वास किंवा श्वसन म्हणजे जाणिवेच्या पातळीवरील नियंत्रित अस्तित्व आणि ताणमुक्तीची त्याच्यापलीकडे जाणारी अनियंत्रित अवस्था यांच्यामधील महत्त्वाचा दुवा आहे. मनातले इतर सर्व विचार हटवण्यास; ते रिकामे, शांत व एकाग्र करण्यास; मानसिक अशांततेतील अडथळे दूर करून ध्यानधारणेच्या एकमेव उद्दिष्टापर्यंत नेण्यास श्वसनावर लक्ष केंद्रित करणे हे आदर्श मानसिक साधन आहे.

तुम्ही जेव्हा स्वस्थ ताणविरहित-स्वास्थ्यप्रद स्थितीत असाल, त्या वेळी डोळे बंद करून तुमच्या श्वासाच्या लयीवर व त्याच्या एकूण अनुभवावर चित्त एकाग्र करा. हे सर्व करताना कोणतीही सक्ती नको आणि ते करताना नेहमीपेक्षा हळुवारपणे ही प्रक्रिया होऊ द्यात. त्यात भरभर श्वसन करणेही टाळा. श्वास घेताना व श्वास सोडताना तुमचे पोट हळूहळू वर उचलले जातेय व खाली येतेय, अशी कल्पना करा. थोडा वेळ नाकाने श्वास घेतला असताना थोडे

‘आत’ डोकवा आणि नाकावाटे वा तोंडावाटे श्वास सोडत असताना ‘बाहेर’ टाकण्याची कल्पना करा. नंतर प्रत्येक श्वास मोजायला प्रारंभ करा. प्रत्येक श्वास एक या आकड्याने पुन:पुन्हा मोजत राहा किंवा १ ते १० या आकड्याने मोजा. प्रत्येक श्वासावर लक्ष केंद्रित करा आणि त्यानंतर तुमचे शरीर जणू सारे अस्तित्व विरघळून टाकल्यासारखे होईल. हे करताना तुमच्या मनातून सारे विचार हद्दपार करा. तुम्ही श्वास मोजत असाल, तर प्रत्येक उच्छ्वासाबरोबर तो आकडा मनाने नजरेसमोर आणून पोटाच्या मधल्या भागात ठेवलाय अशी कल्पना करा. दुसऱ्या आकड्याकडे जाण्याची घाई करू नका किंवा पुढचा कोणता आकडा येणार आहे, याचा विचार करू नका. एकेक आकडा दुसऱ्यामध्ये हळुवारपणे विरघळून जाऊ द्यात.

वस्तूवर लक्ष केंद्रित करून ध्यानधारणेची क्रिया

श्वसनावर चित्त एकाग्र करण्याऐवजी एखाद्या वस्तूवर लक्ष केंद्रित करून ध्यानसाधनेचा पर्यायही तुम्ही निवडू शकता. उदाहरणार्थ, एक संपूर्ण उमलून आलेले फूल किंवा एखादे विश्वाचे रूप प्रतिबिंबित करणारे चित्र ‘मंडाला’ किंवा पौर्वात्य संस्कृतीतील प्रतीकात्मक डिझाईन किंवा मंदपणे तेवत असलेली मेणबत्ती, अशांपैकी एकावर तुम्ही एकाग्र चित्त करून ध्यानधारणेची साधना करू शकता. एखादा ध्वनी मूकपणे पुन:पुन्हा स्वत:ला मनातल्या मनात ऐकवणे किंवा

खास ध्वनिफितीचा उपयोग करणे, याही कित्येकांच्या दृष्टीने साधनेच्या परिणामकारक पद्धती आहेत.

ताणमुक्ततेसाठीचे पूर्वनियोजन

भीतीवर, भयावर मात करण्याचा हा एक परिणामकारक मार्ग आहे. आपल्या मनामध्ये संभाव्य ताणाच्या स्थितीचे अतिशय तपशीलवार संपूर्ण चित्र तुम्ही स्वत: निर्माण करायचे आहे. अशा परिस्थितीत जे जे काही घडू शकते, त्याचा अनुभव तुम्ही घ्या. त्यानंतर संबंधित समस्येतून निर्माण होणारी तणावाची स्थिती रोखण्यासाठी तुमच्या हातात, क्षमतेत जे काही आहे; त्याचा उपयोग करीत त्या अनुभवातून तुम्ही पुढे जात राहा. आपण खूप चांगले करू शकण्याची केवळ इच्छा असण्यापेक्षा प्रत्यक्षातील हा खास तयार केलेला कृती आराखड्याचा भाग अधिक चांगला आहे.

कल्पनादृश्य

ध्यानधारणेसाठी तुम्ही कल्पनादृश्य स्वरूपाचा अधिक वापर करू शकता. तुम्ही स्वत: आजूबाजूच्या वातावरणाची कल्पना करू शकता. तुम्ही निळाशार लांबरुंद पसरलेला समुद्र बघत आहात किंवा अधूनमधून सूर्याची किरणे येणाऱ्या जंगलामधून चालत आहात, अशामुळे तुमचे मन आणि शरीर एकदम तणावमुक्त

होईल. अशा प्रकारच्या ध्यानधारणेचा एक जबरदस्त फायदा हा आहे की, नकारात्मक विचार, नैराश्य, चिंता, भीती आणि न्यूनगंड या गोष्टींवर मात करण्यासाठी व खास विशिष्ट तंत्रांचा यामध्ये समावेश केला जातो.

खास कल्पना करून ते चित्र डोळ्यांसमोर आणणाऱ्या तंत्रामुळे उजव्या बाजूच्या आणि डाव्या बाजूच्या मेंदूच्या कप्प्यांमध्ये संतुलन साधण्यास, स्मरणशक्ती तल्लख होण्यास आणि संवेदनशीलतेची जाणीव प्रगल्भ होण्यास मदत होते. ते आपल्या अनैच्छिक शारीरिक कृतीवरसुद्धा नियंत्रण ठेवू शकतात. ही तंत्रे मोठ्या प्रमाणात अनेक ताण घालवणाऱ्या आणि स्वत:मध्ये सुधारणा करण्याच्या पद्धतीमध्ये वापरली जातात. डॉक्टर्स, दंतवैद्य, मैदानी खेळ खेळणारे खेळाडू, वैमानिक, कलाकार, शिक्षक यांच्याकडून या तंत्रांचा वापर ताणयुक्त परिस्थिती घालविण्यासाठी अधिक केला जातो.

विशेषत: अतिशय भय, सतत वाटणारी भीती आणि औदासीन्य यावर मात करण्यासाठी याची मदत होऊ शकते. एखाद्या घडणाऱ्या घटनेच्या आधी वाटणारी भीती खूप ताण देणारी असू शकते. अशा वेळी सकारात्मक कल्पनाशक्तीचा (डोळ्यांपुढे चित्रे उभी राहतील अशा शब्दरचनांचा) वापर नकारात्मक विचार आणि दुर्मुखलेला चेहरा दूर करण्यास उपयुक्त ठरू शकतात आणि आव्हाने स्वीकारण्याचे बळ मिळते आणि कठीण परिस्थितीत नव्याने आत्मविश्वासही प्राप्त

होऊ शकतो. म्हणून सकारात्मक चित्रे डोळ्यांपुढे उभी राहतील अशा शब्दरचनांचा उपयोग मनामध्ये सतत भयगंड असणाऱ्या आणि अस्वस्थ असणाऱ्या रुग्णांवर अधिक प्रमाणात मानसोपचारतज्ज्ञ, उपचार म्हणून वापर करतात.

कल्पनादृश्याचा वापर

झोपा किंवा खाली बसा आणि तुमचे शरीर, तुमचा श्वास व तुमचे मन ताणमुक्त ठेवा. थोडा वेळ तुमचे मन विचारमुक्त करण्यावर लक्ष केंद्रित करा आणि तुमच्या श्वासाचा आवाज व लय यावर एकाग्रचित्त करा आणि आता कल्पना करा की, तुम्ही स्वत: समुद्रकिनारी पांढऱ्या वाळूत झोपला आहात किंवा चालत आहात. ती वाळू पांढरी आणि चेहऱ्याला लावणाऱ्या पावडरसारखी मऊ आणि फिकट गुलाबी रंगाची आहे. तो समुद्र एकदम स्वच्छ, नितळ, निळाशार, थोडासा गडद निळा असून, त्याच्या लाटा तुमच्या पायाला स्पर्श करतात. वारा लडिवाळपणे तुमच्या शरीराला आणि केसाला स्पर्श करतो आहे. तुमच्या शरीराला होणारा उन्हाचा उबदार स्पर्श, तुमच्या पायाच्या बोटांमधील वाळू, समुद्राच्या लाटांच्या पाण्याचे उडणारे फवारे आणि तुमच्या पायाला व हाताला गुदगुल्या करणारे पाणी याचा अनुभव घ्या. नंतर तुम्ही समुद्रामध्ये तरंगत आहात अशी कल्पना करा. तुम्ही समुद्राच्या निळ्याशार पाण्यावर तरंगत आहात किंवा तुम्ही समुद्रामध्ये तुमच्या

पाठीवर तरंगत आहात. निळ्याशार समुद्राचे खारे पाणी तुम्हाला विनासायास स्पर्श करत आहे. तुमचा चेहरा सूर्याच्या दिशेला आहे असे समजा. आजूबाजूला उबदार अशी सूर्याची किरणे पसरली आहेत, त्यामुळे तुमचे शरीर उबदार आणि जड झाले असल्याचे चित्र डोळ्यांसमोर आणा.

अशी दृश्ये, चित्रे डोळ्यांसमोर आणून ध्यानधारणा करण्याची तुमची मर्यादा तुम्ही वाढवू शकता; ज्यायोगे तुम्ही वेदना, दुःख, आजार, संसर्ग आणि ताण यांपासून स्वतःला दूर ठेवू शकता. तुमच्या शरीराच्या कोणत्या भागाला पोषणाची (भरून येण्याची) किंवा अधिक कणखर बनण्याची आणि परिपूर्ण आकारात येण्याची गरज आहे ते बघा. तुम्हाला जर संसर्ग किंवा दाह होत असेल तर तुमच्या पांढऱ्या रक्तपेशींबाबत विचार करा की, ज्या एखाद्या हिंसक सैन्यासारख्या किंवा अमेरिकन माशासारख्या आजारी, रोगट पेशींवर आक्रमण करत आहेत आणि त्यांना नष्ट करून त्यांच्या जागी अगणित नवीन निरोगी पेशी निर्माण करत आहेत. कल्पना करा की, या लढाऊ पेशी आपल्याबरोबर शुद्ध रक्त घेऊन आजारी, रोगट पेशी दूर करतात व त्याचबरोबर विषारी टाकाऊ घटक कायमचे तुमच्या शरीरव्यवस्थेच्या बाहेर फेकून देतात आणि त्याच वेळेस अशी कल्पना करा की, स्वच्छ प्राणवायुयुक्त शुद्ध रक्तपुरवठा होतो आहे आणि तो निरोगी पेशींना तजेलदार बनवतो आणि त्यांचे भरणपोषण करतो आणि कणखर बनवतो.

जर तुम्हाला चिंतेमुळे होणारी डोकेदुखी किंवा स्नायू कडक होण्याचा आजार असेल, तर तुम्ही ताणरहित आणि ताणल्या जाणाऱ्या स्नायूंचा विचार करा. कल्पना करा की तुमच्या नाडीचे ठोके आणि रक्तदाब किती होतो आहे, फुगलेल्या वेदनेने विस्तारित झालेल्या रक्तवाहिन्या आकुंचन पावत आहेत आणि वेदना कमी होत आहेत.

डाव्या-उजव्या मेंदूचे व्यायाम

अशा प्रकारच्या व्यायामामुळे मेंदूच्या उजव्या व डाव्या बाजूंच्या कप्प्यांचे संतुलन होऊन मेंदूचे कार्य अधिक कार्यक्षम होण्यास आणि विस्तारण्यास चालना मिळते. याचा नियमितपणे सराव करा. त्यामुळे तुमची एकाग्रता व ग्रहण-कौशल्य वाढण्यासाठी त्याचा उपयोग होईल. याची मदत तुम्हाला तुमच्या समस्या सोडविण्यासाठी आणि नैराश्य, ताण आणि चिंता यांतून बाहेर पडण्यासाठी होईल.

श्वासोच्छ्वास करताना तुमचे डोळे बंद करा आणि तुमचे शरीर शिथिल ठेवा, तुमचे मन विचारमुक्त ठेवा. तुमचे डोळे बंद ठेवा आणि आता तुमच्या मेंदूच्या एका बाजूकडे आणि एका डोळ्यावर लक्ष केंद्रित करा. तुमच्या उजव्या डोळ्याने आणि तुमच्या उजव्या बाजूच्या मेंदूने तुम्ही वसंत ऋतूमधील गुलाबी आणि पांढऱ्या फुलांनी बहरलेले झाड बघत आहात,

अशी कल्पना करा. आता मेंदूच्या डाव्या बाजूचा आणि डाव्या डोळ्याचा वापर करून तेच झाड बर्फाने आच्छादलेले बघा. ही दोन्हीही चित्रे स्पष्टपणे आणि निश्चितपणे स्थापित करा, दोन्ही झाडाच्या प्रतिमा एकमेकांत मिसळून तुमच्या मेंदूच्या मध्यभागी एकत्रित ठेवण्याचा प्रयत्न करा. तेथे ते शरद ऋतूमधील पानांनी बहरलेले एक झाड बनते. तुम्ही हा व्यायामप्रकार इतर जाणिवांबाबतही योजू शकता.

उदाहरणार्थ— चव (रसदार सफरचंद खाणे आणि गरम बटर टोस्ट), वास (गुलाबाचा आणि कॉफीच्या भांड्याचा वास घेणे) आणि आवाज (शास्त्रीय संगीत आणि जाझचा आवाज ऐकणे) याच पद्धतीने मेंदूच्या विरुद्ध बाजूंना एकत्र करून समतोल आणि एकत्रीकरण साधा.

मसाज आणि ॲक्युप्रेशर

शरीर तणावरहित करण्याची, भरून काढण्याची आणि पुनरुज्जीवित करण्याची ताकद मसाजमध्ये आहे, हे ५००० वर्षांपूर्वीच लोकांना माहिती आहे आणि त्याची नोंदही केलेली आहे. सुगंधी तेलाचा व लोशन उपचारपद्धतीचा वापर आणि शरीराच्या विशिष्ट भागाच्या वेदना घालवणे आणि आजार होऊ नये म्हणून चोळणे व दाबणे याचा सराव असणे, हे प्राचीन इजिप्त, भारत, चीन आणि ग्रीस यांच्या संस्कृतीमध्ये खूप सर्वसाधारण आहे.

अॅक्युप्रेशर आणि एकसारखे लयीत चोळणे या अशा काही एकत्रित कौशल्यांनी काळाने मान्य केलेले हे मसाज तंत्र पुन्हा लोकप्रिय झाले आहे. अजून काही पाश्चिमात्य नवीन प्रकारचे मसाजसुद्धा लोकप्रिय झाले आहेत. उदा. स्वीडिश मसाज, हा मसाजसुद्धा शरीर ताणमुक्त आणि सुस्थितीत ठेवण्यासाठी मोठ्या प्रमाणात वापरला जातो.

मसाज कोणत्याही प्रकारचा असो— मग तो पूर्वेकडचा असो की पश्चिमेकडचा; त्याचा उद्देश एकच आहे तो म्हणजे स्नायूंमधील ताण दूर करणे, थकवा घालवणे आणि तुमच्यामधील कमी होत जाणारी असंतुलित शक्ती पुन्हा मिळवून देणे.

मसाज करण्याचा अजून एक फायदा असा आहे की, तो भविष्यकाळात येऊ शकणारा शारीरिक कमकुवतपणा आणि ताण रोखण्यास मदत करतो.

तुमच्या जोडीदाराच्या अंगावर सरळ हात ठेवून तुम्ही मुख्य ताणाचे बिंदू ओळखू शकता. मान, खांदे आणि पाठीमध्ये ते सर्वसाधारणपणे सापडतात. ताणयुक्त स्नायू खडकासारखे कठीण, घट्ट आणि दोरीसारखे जाणवतात. तुम्ही कदाचित पेशींची तंतुयुक्त लहान गाठसुद्धा शोधू शकाल. दुसऱ्या बाजूला तुम्हाला काहीसे लांबीसारखे (काचांना लावतात ती), घट्ट पण लवचीक स्नायू जाणवतील.

घट्ट आणि ताणयुक्त स्नायू ताणरहित करण्यासाठी विविध

'स्ट्रोकिंग', चोळणे, हळुवारपणे चापट्या मारणे, ओढणे-खेचणे अशा पद्धती मसाजमध्ये वापरल्यास कडक-ताठर (घट्ट) आणि ताणयुक्त स्नायू शिथिल (ताणरहित) होण्यास मदत होते. त्यामुळे तुमचा रक्तप्रवाह सुधारण्यास मदत होते आणि शरीरातील टाकाऊ विषारी द्रव काढून टाकण्यास चालना मिळते.

ॲक्युपंक्चरचे जे तत्त्व आहे, तोच सिद्धांत पौर्वात्य दाब-बिंदू मध्ये आहे. ॲक्युपंक्चरनुसार आयुष्याला आवश्यक असणारी जी जीवनशक्ती आहे, ती दक्षिणोत्तर वृत्त व्यवस्थेनुसार किंवा ऊर्जा रेषेद्वारा शरीराच्या प्रत्येक भागामध्ये असते.

ॲक्युप्रेशर व तळपायाची रिफ्लेक्सॉलॉजी (reflexology) हे ऊर्जेचा प्रवाह उत्तेजित करून किंवा शांत करून संतुलित करण्यावर लक्ष केंद्रित करतात.

शरीरावर अनेक ठिकाणी असणाऱ्या दाबबिंदूंवर दाब दिल्यास शरीरातील अंतर्गत अवयव, मणका आणि मध्यवर्ती मज्जासंस्था (Central nervous system) सुद्धा कणखर बनते किंवा ते ताणमुक्त होतात. म्हणूनच हे तंत्र काहीसे ॲक्युपंक्चरसारखेच आहे. फक्त विविध बिंदूंवर उपचार करताना सुईऐवजी अंगठ्याचा व बोटांचा यापर करून दाब देतात.

पाठीचे दुखणे, स्त्रियांना मासिक पाळीच्या वेळी येणारी वांब, थकवा, नैराश्य आणि स्नायूंमधील ताण यावर ॲक्युपंक्चर खूप उपयुक्त ठरते. सायनस, 'मायग्रेन' मस्तकशूळ किंवा इतर तणावाशी

संबंधित असलेल्या दुखण्यांसाठी (समस्यांसाठी) ॲक्युप्रेशरचे हे तंत्र आपण स्वत:सुद्धा वापरून या अस्वस्थ करणाऱ्या वेदनांपासून स्वत:ला वाचवू शकतो.

सुगंधी तेलाचा वापर करून उपचार करणे हासुद्धा मसाजचाच एक भाग आहे. त्यामध्ये रोगनिवारक वनस्पतींचा अर्क शरीरामध्ये चोळून जिरवायचा असतो. त्वचेद्वारा तो अर्क (तेल) जिरवल्याने आणि त्याचा सुगंध घेतल्याने शरीराची बिघडलेली लय सुरळीत होते.

मसाज, ॲक्युप्रेशर आणि रीफ्लेक्सॉलॉजी (Reflexology) यांच्या एकत्रित अनुभवातून येणारी स्पर्शाची अनुभूती अत्यंत महत्त्वाची आणि आरोग्याच्या दृष्टीने उपकारक असते.

मसाज घेत असताना आपल्याला खूप आनंद तर मिळतोच, पण अवघडल्यासारखेही वाटते. म्हणून मसाज देणारा आणि मसाज घेणारा यांच्यामध्ये विश्वास आणि प्रेम असणे आवश्यक असते. मसाज घेणारा पूर्णत: ताणमुक्त असावा. मसाज देणाऱ्याने सुरुवात करण्यापूर्वी हात उबदार आणि मऊ करायला पाहिजे आणि कधीही घाई करता कामा नये.

मसाज करण्याच्या हालचाली दुसऱ्याला समजणार नाहीत अशा पाहिजेत, मसाज देणाऱ्याचा हात घेणाऱ्याच्या शरीरावर एकसारखा फिरला गेला पाहिजे.

स्वतःची अशी जागा आणि सुख

आपला परिसर हा आपलाच एक विस्तारित भाग असतो. आपल्या वैयक्तिक गरजा आणि आपले सुख यांना अनुरूप होतील, अशाच वातावरणाशी आपण जुळवून घेतो. त्यामुळे ते घर अगदी आपलेच आहे असे वाटण्याची संधी आपल्याला ते देते. रंग, शैली आणि परिमाणानुसार वातावरण घडवणे ही एक स्वतःचा आविष्कार व्यक्त करण्याची पद्धत आहे आणि ते बरेच काही सांगते. याचा थेट संबंध स्वतःची ओळख पटणाऱ्या घटकाशी, आपल्या भावनिक सुरक्षेशी आणि 'हे माझे आहे' या भावनेशी निगडित आहे. परिसर आणि 'मूड' हे एकमेकांशी अगदी जवळून जोडलेले आहेत, हे जरी असले तरी आपले आजूबाजूचे वातावरण जर खरेच तणावमुक्त आणि प्रसन्न असले, तरी ते अधिकाधिक शक्य असेल तेवढे शांत असले पाहिजे. आदर्श तणावमुक्त घर असे असते की, ज्यामध्ये वैयक्तिक-शैली आणि 'मूड', आवाज आणि शांतता, विविध रंग, दिवे आणि 'शेड्स' यांचा सुंदर समतोल साधलेला असतो.

कोणत्याही घराची गुणवत्ता आणि सुख कसे आहे, हे अनेक मार्गांनी ओळखता येते. काही कारणे ओळखणे आणि ती हाताळणे अगदी सोपे आहे. कुबट वास घालवणे, घरातील अति तापमानावर नियंत्रण ठेवणे आणि रोजच्या रोज घर आवरत असताना त्यातील कचरा आणि पसारा व्यवस्थितरीत्या हाताळणे, हे तुम्हाला कार्यक्षमतेने

करायचे असेल; तर तुमचे घर स्वच्छ ठेवण्याचे काम पाळीपाळीने, ज्या लोकांनी जी कामे करायची त्यांची यादी करून व ते नियमितपणे आणि पद्धतशीरपणे करा.

प्रत्येक गोष्ट ज्या त्या ठिकाणी जागच्या जागी ठेवा. म्हणजे ती गोष्ट शोधताना ती कुठे ठेवली आहे त्यांची माहिती असेल.

गोंधळ आणि अव्यवस्थितपणामुळे मानसिक ताण येतो आणि जेव्हा तुम्ही हरवलेल्या, व्यवस्थित न ठेवलेल्या गोष्टी शोधत असता; तेव्हा वेळ तर वाया जातोच आणि चिंता व रागही वाढतो.

वेळच्या वेळीच जर तुम्ही आवरायला सुरुवात केली (उदा. स्वयंपाक करताना काम झालेली वस्तू जागच्या जागी ठेवलीत किंवा कपडे बदलल्यावर बदललेले कपडे जर पुन्हा नीट ठेवलेत), तर पसारा होण्यापूर्वीच त्या जागच्याजागी ठेवल्या जातील. जर तुम्ही अव्यवस्थित असाल, तर आठवड्यातून कमीतकमी दोनदा किंवा तीनदा घर आवरा.

भरपूर प्रकाश आणि वातावरणातील ताण म्हणजे आवाज आणि सदोष प्रकाश, हे अधिक नकळत हानी करणारे व नियंत्रण करण्यास अवघड असू शकतात.

आवाज हा सूक्ष्म ताण देणारा घटक आहे आणि त्याचा परिणाम वाढत जाणारा आहे. त्याच्यामुळे एकाग्रता नष्ट होऊ शकते,

चिडचिडेपणा आणि निद्रानाश होऊ शकतो. यामुळे डोकेदुखी आणि स्नायूंमध्ये ताणसुद्धा निर्माण होऊ शकतो. जर आवाज ही समस्या असेल, तर तुम्ही स्वत:च त्याची पातळी कमी करून नियंत्रण ठेवू शकता.

बाहेरील आवाज बंद करण्यासाठी कान बंद करणारे मेणाचे बूच वापरून बघा. रस्त्यांवरील आवाज कमी ऐकू यावा, म्हणून दुहेरी मुलामा असलेली काच वापरणे उपयुक्त ठरेल.

प्रकाश हा आपल्या ताणमुक्त अवस्थेत प्रभाव टाकणारा अजून एक घटक आहे. बहुतेक जणांना खूप प्रकाशाच्या वातावरणात आनंदी, निरोगी आणि अधिक उत्साही वाटते. जेव्हा आपण सतत कृत्रिम प्रकाशाच्या वातावरणात असतो, तेव्हा आपल्याला थकवा जाणवतो आणि उदास वाटते. हा काही फक्त मानसिक परिणाम नाही.

शास्त्रज्ञांनी नुकत्याच केलेल्या संशोधनात, नैसर्गिक प्रकाश आणि संप्रेरक पातळी, भावनिक स्वास्थ्य, प्रजननक्षमता यांच्यामध्ये संबंध असल्याचे त्यांना आढळून आले आहे.

विशिष्ट रचना केलेले दिवे लावल्याने नैसर्गिक प्रकाशाच्या जवळ जाणारा प्रकाश मिळतो. त्यामुळे त्या वेळेपुरते येणारे औदासीन्य कमी होण्यास मदत होऊ शकते. त्याचबरोबर एकाग्रता व शक्तीही वाढते.

तुमचा परिसर, तुमचे वातावरण तुम्हाला हवे तसे बनवण्याचे

अनेक मार्ग आहेत. वेळ, कौशल्य आणि वरील सगळ्या कल्पनाशक्तींचा वापर करा आणि तुमची स्वत:ची स्वतंत्र अशी जागा निर्माण करा. तुमच्या शरीराची गरज आणि सवय यानुसार तुमचे घर बनवा.

योग्य रंगसंगती, बाजूला मंद सुवास, घरातील वनस्पती आणि संगीत हे स्वत:च्या बुद्धीला स्मरून निवडा. तुमचे स्वतंत्र, वैयक्तिक आजूबाजूचे वातावरण ताणमुक्त, संपन्न आणि ढंगदार होण्यासाठी हे काही मार्ग आहेत, इतकेच!

ताण कमी करण्यासाठी काही सूचना

आयुष्यातील अनेक बदलांमुळे एकत्रित ताण येतो. इथे काही साध्या, थोडक्यात सर्वसामान्य अशा क्लृप्त्या, मानसिक आणि शारीरिक ताणांचे सर्जनशीलतेत आणि कार्यक्षमतेत रूपांतर होण्यासाठी दिल्या आहेत. त्यातील कोणत्याही क्लृप्त्या नवीन नाहीत. त्यातील खूप तुमच्या अगदी नेहमीच्या ओळखीच्याही असतील, पण त्यांची आपल्याला आठवण करून देण्याची गरज वाटते.

तुम्हाला नेहमी लक्षात राहायला पाहिजेत, अशांवर खूण करा व नंतर त्या तुमच्या यादीत समाविष्ट करा.

- नियमितपणे स्वत:च्या एकान्तासाठी वेळ द्या आणि स्वत:च्या आत्म्याचे ऐका. तुमचा हेतू काय आहे हे तपासा, तुमचे उद्दिष्ट–साध्य आणि तुमचे कार्य यांचे पुन्हा मूल्यमापन करा.
- तुमचे आयुष्य साधे ठेवा! क्षुल्लक गोष्टी काढून टाका.
- वारंवार दीर्घ आणि हळू श्वसन करा. विशेषत: फोनवर बोलताना, गाडीमध्ये किंवा कशासाठी तरी किंवा कुणासाठी वाट बघत थांबलेले असताना! स्वत:ला ताणमुक्त करण्याची आणि स्वत:मध्ये

नवचैतन्य निर्माण करण्याची कोणतीही संधी सोडू नका.

- दररोज काही ना काही करण्याचे ठरवा, की ज्यामुळे तुम्हाला आनंद मिळेल. कोणतीही गोष्ट जी तुम्हाला करायला आवडेल, ती फक्त तुमच्यासाठी करा.
- एखाद्या गोष्टीविषयी तुम्हाला काळजी वाटत असेल, तर ज्याच्यावर तुमचा विश्वास असेल अशा कोणाशी तरी बोला किंवा तुमच्या भावना लिहून काढा.
- एखादी गोष्ट तुम्हाला करायला सांगितली आणि ती खरेच करावीशी वाटत नसेल, तर 'नाही' म्हणा. जर तुम्हाला असे 'नाही' म्हणजे अवघड वाटत असेल, तर खंबीरपणे पण विनम्रपणे सांगण्यासाठी 'निश्चयपूर्वक कसे बोलावे', यावरील पुस्तक वाचा.
- उपयुक्त म्हणींचा वापर करण्याचे लक्षात ठेवा. म्हणजे, "शंभर वर्षांमध्ये कुणाला फरक कळेल?", "आम्हाला कमजोर का बनवतोस, आम्हाला खंबीर बनव", तुम्ही विचार करता 'तुम्ही करू शकता' किंवा तुम्ही विचार करता 'तुम्ही करू शकत नाही', तुम्ही दोन्हीही वेळेला बरोबर आहात."
- नियमितपणे व्यायाम करा.
- लक्षात ठेवा, न आवडणारी गोष्ट 'लगेच करा'; कारण दिवसभर त्याविषयी चिंता करत बसण्यापेक्षा ती लगेच पूर्ण करायला कमी शक्ती लागते.

- निसर्ग, माणसे, संगीत आणि मुले यांच्याबरोबर वेळ घालवा. इतकेच काय, पण ऋतूंप्रमाणे आकाशात होणाऱ्या लक्षणीय बदलांचे निरीक्षण करा. लोकांचे चेहरे बघणे, हा एक चांगला सूरमय आनंद असू शकतो.
- एका वेळेस एकच गोष्ट जाणीवपूर्वक करण्याचा सराव करा. आता काय चालू आहे (वर्तमानात) यावर लक्ष (मन) केंद्रित करा. तुम्ही जे काय करत आहात ते अधिक सावकाश, अधिक हेतूपूर्वक आणि अधिक जागरूकतेने व आदराने करा.
- भूतकाळामध्ये घडलेल्या गोष्टींबाबत अपराधी वाटत राहून तुमचे आत्ताचे मौल्यवान-बहुमोल आयुष्य वाया घालवू नका किंवा भविष्याची काळजी करू नका.
- विविध प्रकारची ताणमुक्त होण्याची कौशल्ये शिकून घ्या आणि नियमितपणे एकाचा तरी सराव करा.
- तुमचे डोळे सौम्य (शांत भाव व्यक्त करणारे) आणि ताणमुक्त असू द्यात.
- ज्या वेळी तुम्ही स्वतः समान परिस्थितीमध्ये वारंवार रागावत असल्याचे लक्षात येईल, तेव्हा स्वतःलाच विचारा, "मी यापासून काय शिकू शकेन?" एखादी गोष्ट किंवा व्यक्तीमुळे तुम्ही संतप्त होत असाल, तर तुम्हीच असे दाखवून देताय की, एखादी गोष्ट किंवा व्यक्ती कशी

असावी ह्याबाबत तुमच्यावर इतरांच्या अपेक्षांचे नियंत्रण आहे. जेव्हा आपण इतरांना, स्वत:ला किंवा परिस्थितीला जसे असेल तसे स्वीकारतो; तेव्हा आपण जास्त प्रभावी रीतीने आपल्याला हवे तसे त्यांना घडवण्यात यशस्वी होतो.

- कोणत्याही क्षणी असलेल्या अपेक्षांपेक्षा (मागण्या) वेगळ्या अपेक्षा करताना– मग त्या स्वत:कडून, परिसरांकडून किंवा इतरांकडून असोत– त्याबाबत जागरूक राहा. अपेक्षा (मागण्या) हा तणावाचा प्रचंड मोठा स्त्रोत आहे.
- तुमचे दिवसाचे वेळापत्रक जर खूप व्यस्त असेल, तर तुमच्या कार्यक्रमाची प्राथमिकता ठरवून महत्त्वाचे काम प्राधान्याने करा.
- जेव्हा तुम्ही तुमचे टपाल-पत्र वाचता, तेव्हा त्यावर लगेच कृती करा, ते काम बाजूला ठेवू नका.
- तणावमुक्त होण्यासाठी वारंवार विश्रांती घ्या.
- तुमच्या आयुष्याचे व्यवस्थापन करा. त्यायोगे मजा, उत्स्फूर्तता आणि रिकामा वेळ असेल त्याप्रमाणे आयुष्य आखा. वस्तुनिष्ठ किंवा वास्तवतेला धरून आयोजित केलेल्या वेळापत्रकामध्ये दोन कार्यक्रमांच्यामधे थोडा वेळ ठेवा. अनावश्यक जबाबदाऱ्या घेऊ नका.
- स्मितहास्य करा आणि जास्त हसा.

- जबाबदाऱ्या पात्र व्यक्तींवर सुपूर्त करण्यास शिका.
- स्वत:ला मसाजचा उपचार द्या किंवा तुमच्या स्वत:च्या खांद्याला आणि पायाला मसाज कसा करायचा, हे शिका.
- तुम्ही साखर, मीठ, कॅफेन आणि अल्कोहोल सेवनाच्या प्रमाणावर नियंत्रण ठेवा.
- तुमच्याविरुद्ध आक्रमण करणाऱ्या लोकांसाठी स्वयंआधाराची एक व्यवस्था तयार करा आणि टिकवून ठेवा.
- जेव्हा तुम्हाला जुळवून घेणे अवघड जात असेल, तेव्हा मित्रांची मदत घ्या किंवा व्यावसायिक (समुपदेशन इ.) मदत घ्या.
- क्षणोक्षणी होणाऱ्या बदलांच्या प्रवाहाचे स्वागत करा. बदलांचे स्वागत एक संधी म्हणून किंवा शिकण्याचे, विकासाचे आव्हान म्हणून करा.
- नादांमधील शांतता आणि वस्तू व विचार यातील अंतरांची नोंद घ्या.
- स्वत:वर आणि इतरांवर दया करा.
- ढग किंवा पाण्यावरील लाटांचे निरीक्षण करा. संगीत ऐका किंवा तुमच्या आजूबाजूचा आवाज ऐका.
- तुम्ही तणावाखाली आहात असे जेव्हा तुमच्या लक्षात येईल तेव्हा स्वत:शी हळुवारपणे हसा, श्वास घ्या आणि हाऽ हाऽ हा.. असा हास्यप्रवाह येऊ द्या.

- स्वत:चा तणाव घालवण्यासाठी तुम्ही स्वत:च स्वत:बाबत आणि इतरांबाबत अधिक सहनशील, काळजी करणारे आणि सहृदय असणे शिकले पाहिजे.
- थांबून फुलांचा सुगंध घेणे लक्षात ठेवा.